एकाग्रतेचे शिरोमणी

संत एकनाथ

जीवनचरित्र आणि अमूल्य शिकवण

'विचारनियम' या बेस्टसेलर पुस्तकाचे रचनाकार

सरश्री

सकाळ प्रकाशन

सकाळ प्रकाशन

Ekagrateche Shiromani Sant Eknath
Jeevan Charitra aani Amulya Shikvan
by Sirshree Tejparkhi
First published in Marathi by Sakal Media Pvt. Ltd.
by arrangement with Tejgyan Global Foundation

एकाग्रतेचे शिरोमणी संत एकनाथ : जीवनचरित्र आणि अमूल्य शिकवण
सरश्री

प्रथम आवृत्ती : डिसेंबर २०१८

मुखपृष्ठ : मधुमिता शिंदे

मांडणी : अश्विनी महाजन

प्रकाशक : सकाळ मीडिया प्रा. लि.
५९५, बुधवार पेठ,
पुणे ४११ ००२

सातपूर, नाशिक

ISBN : 978-93-87408-53-1

संपर्क : ०२०-२४४० ५६७८ / ८८८८८ ४९०५०
sakalprakashan@esakal. com

ज्यांच्या आज्ञा-सामर्थ्यावर एकनाथ
'संत एकनाथ महाराज' म्हणून विख्यात पावले,
त्या जनार्दन स्वामींना आणि संत ज्ञानेश्वर महाराजांना
प्रस्तुत पुस्तक समर्पित आहे

अनुक्रमणिका

रोमांचक, अप्रतिम आणि अद्‌भुत दृश्य
एकनाथ जीवनाचा महाउत्सव

प्रभू श्रीराम, सीतामाता आणि लक्ष्मण वनवास भोगून अयोध्येला परतले. त्या वेळी अयोध्यावासीयांनी त्यांचे स्वागत कसे केले असेल? त्या नगरीने किती शृंगार केला असेल? ओसंडून वाहणाऱ्या आनंदात अयोध्यावासीयांनी श्रीरामांवर कित्येक श्रवणीय कवनांचे गायन केले असेल? त्या वेळी रोमांचक, अप्रतिम आणि अद्‌भुत असे कोणते दृश्य असेल याची जरा कल्पना करा बरं....

हो, असेच थक्क करणारे दृश्य इ.स. १५६०मध्ये पैठण गावात पाहायला मिळाले. चला...! वर्तमानाच्या नजरेतून हे दृश्य पाहू या! विश्वरूप दर्शनानंतर* विश्व उत्सवाच्या तोलामोलाचे असेच हे दृश्य आहे.

आज संत एकनाथ महाराज कित्येक वर्षांनी आपल्या गावी– पैठणला परतले. एकनाथांच्या आजी-आजोबांच्या नजरेत गमावलेला विश्वास परत मिळण्याचा आनंद दिसत होता. नातवाला न्याहाळताना त्यांच्या वृद्ध डोळ्यांत वेगळीच चमक आली होती.

दुसऱ्या बाजूला एकनाथ महाराजांना बालवयात विद्यादान केलेले पंडित बसले होते. तेदेखील भक्तिभावाने त्यांना न्याहाळत होते.

समोरच्या बाजूला संत एकनाथ महाराजांचा शिष्य आणि त्यांचा नातेवाईक उद्धव उभा होता. भक्तीमध्ये लीन झालेल्या आपल्या गुरूंना तो अनिमिष नजरेने न्याहाळत होता.

---

* श्रीकृष्णांनी युद्धभूमीवर अर्जुनाला विश्वरूप दर्शन घडवले होते.

संत एकनाथ महाराजांच्या भार्या गिरिजाबाई एका बाजूला उभ्या होत्या. आपल्या पतीला पाहून त्या अत्यंत आनंदी झाल्या होत्या, तसेच स्वत:ला सौभाग्यशालीही मानत होत्या.

त्याच वेळी तिथे संत एकनाथांचे गुरूदेखील उपस्थित होते. संत एकनाथांना सत्संग करताना पाहून ते दिव्य आनंदात तल्लीन झाले होते.

पैठण गावातील उपस्थित प्रत्येक जण आनंदाने भावविभोर होत होता. हे वातावरण दिवाळी-होळीच्या किंवा जन्माष्टमीच्या सोहळ्याइतकेच हवेहवेसे, विलोभनीय भासत होते. किती मनोरम दृश्य आहे हे, असेच सर्वांना वाटत होते.

संपूर्ण पुस्तक वाचून झाल्यानंतर, संत एकनाथांचे महाजीवन जाणून घेतल्यावर, या दृश्यात स्वत: उपस्थित राहा. म्हणजे आपल्यालाही या उत्सवात सहभागी होण्याचा दिव्य आनंद मिळेल.

या विलोभनीय दृश्यात उपस्थित असणारे पैठणवासी आनंदाच्या जल्लोषात तीनही सणांचा आनंद एकाच वेळी घेत होते. संपूर्ण पैठणनगरी लक्ष-लक्ष दिव्यांनी उजळून निघाली होती. जणू तिने दीपावलीउत्सवाचेच रूप धारण केले होते. त्याच वेळी चारही दिशांना सप्तरंगांची उधळण होऊन होळीसुद्धा साजरी केली जात होती... आणि नेमकी तीच वेळ होती जेव्हा श्रीकृष्णाचे गीतगायन लोक करत होते...

संत एकनाथांच्या जीवनातील हे दृश्य प्रत्यक्षात रामराज्याच्या पहिल्या दिवसाइतकेच मनोरम होते, जे आज अधिकाधिक लोकांना ठाऊकच नाही.

या उत्सवात उपस्थित असणारे संत एकनाथ महाराजांच्या जवळचे लोक कोणता विचार करत होते, ते पाहू या.

वयाच्या बाराव्या वर्षी एकनाथ पैठणहून अचानक गायब झाले. कुणाला काहीही न सांगतासवरता ते कुठेतरी निघून गेले. हा अनपेक्षित धक्का त्यांच्या आजी-आजोबांना पचवता आला नाही. ते खिन्न, उदास झाले. त्यांची शून्यातली नजरच सर्वस्व गमावल्याचे सांगत होती. त्यांच्या जगण्यातला आनंदच करपून गेला होता. त्यांच्या तनामनावर अशी काही उदासी पसरली होती, की त्या मन:स्थितीत आपल्या नातवाच्या दिव्यत्वाची कल्पनाही ते करू शकत नव्हते. 'आपल्याला काही वर्षांनंतर असेही दृश्य पाहायला मिळेल जेव्हा नाथा त्याच्या शिष्यांसमवेत होळी, दिवाळी आणि जन्माष्टमी उत्सव एकत्रित साजरा करेल आणि सत्संग घेईल' असा विचार त्या अवस्थेत त्यांच्या मनात येण्याची सुतराम शक्यताही नव्हती. त्यामुळे, 'एके दिवशी एकनाथ त्यांच्या अर्धांगिनी गिरिजाबाईंसमवेत कीर्तन करतील आणि तो दिवस 'याची देही याची डोळा' आपल्यालाही

पाहता येईल.' असे नातवाच्या भवितव्याचे स्वप्न रंगवणे तर त्यांच्यासाठी खूप दूरची गोष्ट होती.

एकनाथांच्या पत्नी गिरिजाबाई लग्नाअगोदर विचार करायच्या, 'विवाहानंतर मला मोक्षप्राप्ती साध्य होईल का, की मी या बंधनांमध्येच अडकून पडेन?' त्यांच्या हृदयातून एकच दृढनिश्चयी प्रार्थना प्रकटायची, 'विवाह झाला तर मोक्षाचा प्रवास घडावा; अन्यथा विवाह होऊच नये.' काही वर्षांपूर्वी त्या असा विचार करत होत्या. मात्र, त्या वेळी त्यांना ठाऊकही नव्हते, की त्यांच्यासमोर असे दृश्य अवतीर्ण होणार आहे! जिथे त्या आपल्या पतीला श्रीरामाच्या अवस्थेत एकाच वेळी होळी, दिवाळी आणि जन्माष्टमी उत्सव साजरा करताना पाहणार आहेत.

त्या उत्सवात एकनाथांचे शिष्य तसेच नातेवाईक असणारे उद्धव हेदेखील सहभागी झाले होते. संत एकनाथांच्या सान्निध्यात, सेवेत येण्यापूर्वी त्यांना नेहमी प्रश्न पडायचा, 'आपल्या परिश्रमांना काही किंमत आहे की नाही?' कारण उद्धव अत्यंत कष्टाळू, मेहनती होते. आपल्या मेहनतीचे, सेवेचे फळ काय मिळणार, हे त्या वेळी त्यांना ठाऊकही नव्हते.

अशा प्रकारे गिरिजाबाई आणि उद्धव या दोघांच्याही प्रार्थनेचे फळ मूर्त रूपात साकारले आणि एकनाथ त्यांच्या जीवनात आले. एकनाथांचे शिष्यत्व पत्करून उद्धवांनी स्वतःला गुरूसेवेत झोकून दिले. एकनाथांच्या घरातील कामेदेखील ते आनंदाने करत. यामुळे एकनाथांच्या भेटीपूर्वी उद्धवांनी केलेले निःस्वार्थ कार्य सफळ झाले. एकनाथांची गृहकार्ये सांभाळणारे उद्धवांसारखे शिष्य नाथांना लाभले होते. त्यामुळेच एकनाथ महाराज आपल्या देहाच्या माध्यमातून सहजतेने वैविध्यपूर्ण उच्चतम अभिव्यक्ती करू शकले. कौटुंबिक पातळीवर एकनाथांना नेहमीच संतोष, समाधान आणि सहकार्य लाभले. आपल्या प्रार्थनांची दिशा योग्य असेल, तर भौतिक जगात राहूनही सदैव सत्याचा मार्ग अनुसरता येतो, हे यावरून आपल्या लक्षात आले असेल. योग्य प्रार्थना उच्च चेतनेच्या लोकांना एकत्रित आणतात.

एकनाथांच्या आयुष्यातील या उत्सवात, नाथांना बालपणी विद्यादान केलेले पंडितही उपस्थित होते. एकनाथ अचानक गायब झाल्यानंतर त्यांचा ठिकठिकाणी शोध घेऊन पैठणला परत आणण्यासाठी पंडितांनी अथक प्रयत्न केले होते.

पैठण हे ते स्थान आहे जिथे संत एकनाथांच्या देहाने जन्म घेतला. महान जीवांच्या कथा ऐकताना आपण पैठण, पंढरपूर, आळंदी, देहू, काशी यांसारख्या कित्येक पवित्र स्थानांची नावेदेखील ऐकता. त्यामुळेच यात्रांचे महत्त्व अनन्यसाधारण आहे. कारण नवनवीन पवित्र स्थळांना भेटी दिल्यावर लोकांना नावीन्यपूर्ण आणि उच्च चेतनेची

ओळख घडवणारे असे काही बघायला, ऐकायला मिळते.

पैठणच्या त्या उत्सवात पंडितांव्यतिरिक्त संपूर्ण पैठणनगरीदेखील सहभागी झाली होती. पण इथेही डोळ्यांत भरणारी उपस्थिती होती ती जनार्दन स्वामींची! देवगडला वास्तव्य असणारे संत एकनाथांचे हे गुरू आपल्या शिष्याच्या आमंत्रणावरून या कार्यक्रमासाठी खास पैठणला आले होते.

हे महान गुरू 'एका-जनार्दनाचा संदेश' सर्वसामान्यांपर्यंत पोहोचवणाऱ्या आपल्या शिष्याचा सत्संग कौतुकाने न्याहाळत होते. तीर्थयात्रेनंतर गुरू-शिष्यांची ही पहिलीच भेट होती. ही भेट प्रदीर्घ काळानंतर घडत होती. आताच्या काळात गाठीभेटी सहज-सोप्या झाल्या आहेत. मोबाईलच्या एका क्लिकवरून आपले म्हणणे, संदेश समोरच्या माणसापर्यंत पोहोचतो, मग तो जगाच्या कोणत्याही कानाकोपऱ्यांत का असेना. मात्र, तो काळ दळणवळणाच्या दृष्टीने खूप वेगळा होता.

पैठणमधील या कार्यक्रमाचे केंद्रबिंदू होते संत एकनाथ! त्यांच्या आगमनाचे, गुणगौरवाचे हे उत्सवगान होते. हे सर्व घडत असताना, एकनाथांमध्ये 'कर्ता' भाव मुळीच नव्हता. ते म्हणत, 'हे कार्य, सत्संग घडणे अशक्यच होते. ही तर माझ्या गुरूंची कृपा आहे. गुरुकृपेमुळेच आजचा दिवस उगवला आहे.'

श्रीरामांच्या स्वागतासाठी त्यांचे गुरुजन, नातेवाईक रामराज्यात उपस्थित होते आणि सगळी प्रजा तो आनंदसोहळा साजरा करत होती. हुबेहूब तेच दृश्य पैठणमध्येही पाहायला मिळाले. दिवस मावळल्यानंतर त्या संपूर्ण दृश्याची म्हणजेच कार्यक्रमाची सांगता झाली आणि आंतरिक समाधानाने तृप्त होत सगळे आपापल्या घरी परतले. आजच्या काळातील लोकांना त्या दृश्याचे विस्मरण झाले आहे. आता अशा दृश्यांना शब्दरूप देणे आणि शब्दबद्ध करणे लोकांसाठी अशक्यप्राय गोष्ट आहे. कारण त्या वेळी त्या कार्यक्रमात उपस्थित असणाऱ्या लोकांची मन:स्थिती जाणून घेण्यासाठी आपल्याला त्या अवस्थेत जावे लागेल. शिवाय, ही अवस्था इतकी श्रेष्ठ, एवढी मोठी आणि हा उत्सव उच्च स्तरावरील का होता, हे समजून घ्यावे लागेल.

अफाट जनसमुदायाच्या उपस्थितीत साजरे होणारे मोठमोठे उत्सव आपण बघितले असतील. असे उत्सव जे सणाचे रूप धारण करतात... ज्यांच्यामुळे एकादशी, दिवाळी आणि होळी साजरी केली जाते. ते दिवस अविस्मरणीय बनतात आणि जिथे ते उत्सव साजरे होतात, ती स्थळं तीर्थक्षेत्रं बनतात. विचार करा, अशा उत्सवांत जनचेतनेचा स्तर किती उच्च असेल!

सामान्यत: कोणत्याही युगाच्या समाप्तीनंतरच लोकांना अशा गोष्टींचे महत्त्व

समजते. अन्यथा ते नेहमीच निंदकांच्या बोलण्यामध्येच अडकून पडतात. गतयुगाविषयी बोलताना लोक म्हणतात, 'महाराष्ट्रातील ते युग किती महान होते जेव्हा संत ज्ञानेश्वर, निवृत्तिनाथ, मुक्ताबाई, सोपान देव, संत नामदेव, संत तुकाराम, समर्थ रामदास यांसारख्या संतमहात्म्यांची मांदियाळी होती.'

आज भलेही वर उल्लेख केलेली संतमंडळी आणि यांच्यासारखे महात्मा पृथ्वीवर सशरीर उपस्थित नाहीत. परंतु त्यांच्या ज्ञानाची महती जाणून, ते आत्मसात करून आजदेखील त्या युगाचा अनुभव आपण घेऊ शकतो. हाच प्रयत्न प्रस्तुत पुस्तकाच्या माध्यमातून केला आहे.

संत एकनाथांच्या जीवनावर आधारित या पुस्तकात एकनाथांच्या जीवनातील विविध घटनांचे स्पष्टीकरण आजच्या युगातील भाषेत मांडले आहे. या भौतिक जगामध्ये राहून सत्यप्राप्ती कशी करायची, याची प्रेरणा संत एकनाथांच्या जीवनातून आपल्याला मिळते. आपण सत्यावर स्थापित होण्यासाठी, सत्याचा अनुभव घेण्यासाठी प्रार्थना करत असाल तर त्यासाठी आवश्यक असणारा घटनाक्रम आपोआपच तयार होईल. मग अलगद आपण योग्य स्थानावर पोहोचाल. अगदी त्याचप्रमाणे, जसे एकनाथ वयाच्या बाराव्या वर्षी आपले गुरू जनार्दन स्वामींकडे पोहोचले आणि तिथूनच त्यांच्या जीवनाला नवीन दिशा मिळाली. चला तर, संत एकनाथ महाराजांची महाजीवन गाथा वाचून आपणही आपल्या आयुष्याला नवीन दिशा देण्याचा प्रयत्न करू या.

- सरश्री

खंड १

एकनाथांचा बाल्यकाळ

१

एकनाथ कोण?

संत एकनाथांविषयी समजून घेण्याआधी सर्वप्रथम आपल्याला 'एक' म्हणजे काय हे माहिती करून घ्यावे लागेल. एक म्हणजे काय हे समजून घेण्यासाठी अगोदर या प्रश्नांची उत्तरे द्या. 'एक ज्ञान कोण आहे, एक नाम कोण आहे, एक राम कोण आहे आणि एक दास कोण आहे?' या प्रश्नांवर मनन केल्यानंतरच आपल्याला 'एक'चे महत्त्व समजेल. शिवाय भक्तीची शक्ती, तिचे सामर्थ्य आणि श्रेष्ठता लक्षात येईल. भक्तीच्या साहाय्यानेच वरील प्रश्नाचे उत्तर मिळते. ते असे आहे –

एक ज्ञान आहे - 'संत ज्ञानेश्वर'.

एक नाम आहे - 'संत नामदेव'.

एक राम आहे - 'संत तुकाराम'.

एक दास आहे - 'समर्थ रामदास स्वामी'.

आता दुसरा प्रश्न. 'एक नाथ कोण आहे आणि एक तेरा साथ कोण आहे?'

एक नाथ आहे - 'संत एकनाथ'. एकनाथ, जो सदासर्वकाळ एकच असतो. आता लक्षात घ्या, बाजारामध्ये 'एकावर एक वस्तू मोफत' मिळाली तर आपल्याला आनंद वाटतोच ना? समजा, आपण 'एक'ला घेतले, 'एक'ला समजले तर आपल्याला 'एक'वर एकचे स्वातंत्र्य मिळते. हा आहे 'एकनाथ'च्या 'एक'चा अर्थ.

एक समजून घेतल्यानंतर आता एक तेरा साथ म्हणजे काय हे माहिती करून घेऊ

या. एक तेरा साथचा अर्थ आहे, 'ब्रिकवासी' (Standing on Brick). ब्रिजवासी हा हिंदी शब्द आपल्या परिचयाचा आहे. मग ब्रिकवासी म्हणजे काय, असा विचार आपण करत असाल, तर ब्रिकवासीला आपण 'विटेवर स्थिर' असेदेखील म्हणू शकता. इंग्लिशमध्ये विटेला 'ब्रिक' असे म्हणतात. 'विटेवर स्थिर' असणारा कोण, हे आपल्याला ठाऊक आहे. विटेवर स्थिर आहे हरी, विठ्ठल, सखा सावळा आणि त्यांच्या बाजूला रुक्मिणी! विटेवर आत्मस्थिरतेच्या अवस्थेत म्हणजेच अकंप असणाऱ्यांनाच 'ब्रिकवासी' असे म्हटले आहे.

भक्तीमध्ये भगवंताला निरनिराळ्या नावांनी आळवले जाते. कुणी त्याला सावळ्या म्हणते तर कुणी आणखी काही. ईश्वराच्या विविध नावांपैकी एखादे नाव कुणाला तरी आकर्षित करते. तर कुणाला ते नाव ज्ञानाच्या, सेवेच्या, भक्तीच्या नजरेतून योग्य वाटते. भक्तीमध्ये भक्ताची अशीही एक अवस्था येते जिथे ईश्वरच त्याच्या शोधार्थ येतो आणि त्याच्यासमोर प्रकटतोही... अट इतकीच, की परमेश्वराकडे पाहण्याची भक्ताची दृष्टी ही निकोप, नितळ, एखाद्या निरागस बालकासारखी निष्पाप असायला हवी.

संत एकनाथांच्या चरित्राद्वारे आपणही अशीच 'निखळ' भक्ती समजून घेणार आहोत. त्यांच्या जीवनाविषयी वाचल्यानंतर आपल्याला त्यांचे चरित्र आणि भक्तीची मैत्री उलगडेल.

संत एकनाथांनी आपल्या आयुष्यात उच्चतम अभिव्यक्ती केली. त्यांचे कार्य, त्यांच्या रचना त्यांच्याद्वारे निर्मित अभंग आजही लोकांना जीवन जगण्याची समज प्रदान करतात. त्यांच्या जीवनचरित्रातून प्रेरणा घेऊन आपणही आपल्या आयुष्यात अशी अभिव्यक्ती करू शकता, ज्यामुळे लोक सत्याचा मार्ग स्वीकारण्यासाठी प्रवृत्त होतील. मात्र, आपल्या मनात ईश्वराविषयी प्रशंसा, समर्पण आणि ओळखीचे भाव असतील तरच अशी अभिव्यक्ती घडू शकते.

एखादा दारुडा पैसे देऊन दारू पितो आणि तिचे गुणगान करता-करता झिंगतोदेखील. जर दारूची स्तुती करता-करता दारुडा नाचतो तर मग आपण परमात्म्याकडून मिळणाऱ्या परमानंदात किती बेभान व्हायला हवे, याचा विचार करा. याच परमानंदातून जी उच्च अभिव्यक्ती घडते, त्यामुळे आपल्यासमोर जीवनविषयक सगळी रहस्ये प्रकटू लागतात. त्यानंतर भक्तिभावाने ओतप्रोत कीर्तन असो, ईश्वराचे गुणगान किंवा समर्पणभावामध्ये तल्लीन होऊन गिरक्या घेणे असो... सर्व काही उच्चतम अवस्थेत घडते.

चला तर, संत एकनाथांच्या चरित्राद्वारे ही सर्वोच्च अवस्था जाणण्याचा आणि समजून घेण्याचा प्रयत्न करू या. ■

२

एकनाथांचे बालपण

मी जन्मलो धन्यवंशीं। म्होणनि हरिभक्ति आम्हांसी।।
संत सोइरे निज सुखासीं। वंश कृष्णासी निरविला।।

वरील अभंगात एकनाथ महाराज सांगतात, 'अत्यंत पुण्यवान अशा वंशामध्ये माझा जन्म झाला. परंपरागत असा हरिभक्तीचा वसा आम्हांला लाभला. संत सज्जन आमचे सखेसोयरे बनले आणि श्रीकृष्णभक्तीमध्ये आमचा वंश समर्पित झाला.'

संत एकनाथ हे संत भानुदासांच्या वंशात जन्माला आले. सत्यनिष्ठा, परनिंदेचा त्याग, सर्वत्र समभाव, नामसंकीर्तनाची प्रीती आणि परमात्मप्राप्तीचा आनंद हे सगळे गुण म्हणजे संत भानुदासांची ईश्वरीय संपत्ती होती. विटेवर उभ्या ठाकलेल्या विठ्ठलाला डोळ्यांत साठवून घेण्यात भानुदासांना परमानंद वाटे. या अत्यानंदाचे वर्णन त्यांनी आपल्या अभंगातही केले आहे. संत भानुदासांच्या पवित्र कुळात जन्म घेतलेले एकनाथ स्वत:ला भाग्यशाली समजत.

संत एकनाथांच्या आजोबांनी– चक्रपाणी स्वामी यांनी लहानपणापासूनच आपल्या वडिलांना संताच्या रूपात बघितले. कालांतराने चक्रपाणींचे लग्न झाले आणि पुढे त्यांच्या घरात एक मुलगा जन्माला आला. या बाळाचे 'सूर्यनारायण' असे नामकरण करून संत भानुदास हे काही काळानंतर स्वर्गवासी झाले.

पुढे जाऊन सूर्यनारायण आणि त्यांच्या पत्नी रुक्मिणी यांना एक मुलगा झाला.

भविष्यात हाच मुलगा 'संत एकनाथ' नावाने विख्यात झाला. आपल्या नातवामध्ये चक्रपाणींना आपल्या पित्याचे– संत भानुदासांचे दर्शन होई. त्यामुळे नातवाचे आगमन ही त्यांच्यासाठी अत्यानंदाची बाब होती. वडिलांमध्ये संत, नातवामध्ये संत आणि त्या दोघांच्या दरम्यान चक्रपाणी! अशा प्रकारे दोन्हीही बाजूंनी एकच गोष्ट पाहत असल्यामुळे चक्रपाणींचा आनंद द्विगुणीत होत असे.

मात्र, चक्रपाणींचा हा आनंद फार काळ टिकला नाही. काही वर्षांतच एकनाथांच्या आईवडिलांचे देहावसान झाले. आता एकनाथांच्या पालनपोषणाची संपूर्ण जबाबदारी चक्रपाणी आणि त्यांच्या पत्नीवर येऊन पडली. एकनाथ आपल्या आजीआजोबांच्या छत्रछायेत लहानाचे मोठे होऊ लागले. लहानपणापासूनच ते अत्यंत बुद्धिमान आणि श्रद्धाळू होते. पूजापाठ, हरिभजन आणि कथाश्रवण त्यांना खूप आवडत असे. वाढत्या वयाबरोबर संत भानुदासांचे सगळे गुण त्यांना एकनाथांमध्ये दिसू लागले.

एकनाथांच्या घराजवळ कीर्तनासाठी जेव्हा-जेव्हा हरिभक्त येत, तेव्हा त्यांचे कीर्तन आणि ते सांगत असलेल्या गोष्टी एकनाथ तन्मयतेने ऐकत. बालवयातच एकनाथांचा अध्यात्माकडे असणारा कल पाहून भविष्यामध्ये एकनाथ आपल्या पणजोबांचा आध्यात्मिक वारसा नक्कीच पुढे चालवणार याची खातरी चक्रपाणींना पटली.

आजूबाजूच्या लोकांनाही एकनाथांच्या गुणांची मोहिनी पडली होती. त्यांच्याकडे बघितल्यावर पैठणवासीयांना संत भानुदासांची आठवण येत असे. एकनाथ लहानपणापासूनच स्वभावाने खूप समजूतदार होते. जे मिळायचे त्यात ते समाधानी असायचे. देव, ब्राह्मण आणि साधुमहात्म्यांविषयीचे सहज प्रेम, भजनात मग्न होऊन तहानभूक हरवून जाणे, विनम्रता, सरळ स्वभाव असे परम गुण एकनाथांमध्ये बालपणापासूनच होते.

पंडितांचा प्रामाणिकपणा

एकनाथ ब्राह्मण कुटुंबात जन्मल्यामुळे वयाच्या सहाव्या वर्षीच त्यांच्यावर मौंजीबंधनाचे संस्कार झाले. मौंजीनंतर काही नियम आणि अभ्यास त्यांना आखून देण्यात आला. एकनाथांचा अभ्यास घेण्यासाठी एक पंडित त्यांच्या घरी येत. अभ्यासाच्या वेळी ते श्रीकृष्ण, श्रीराम यांच्या कथांपासून ध्रुवबाळ, भक्त प्रल्हाद यांच्या कथेपर्यंत विविध कथा त्यांना सांगत. कथा ऐकताना एकनाथ असे काही प्रश्न विचारत, ज्यामुळे पंडित निरुत्तरच होत. एकनाथांची प्रखर ज्ञाननिष्ठा पाहून, हा कुणी सामान्य बालक नसून एखादा महात्मा, सर्वज्ञ महापुरुषच माझ्यासमोर बसला आहे, असा आभास पंडितांना होत असे.

एके दिवशी पंडितांनी निश्चयपूर्वक एकनाथांच्या आजोबांना सांगितलेच, 'मी

पांडित्याचे कार्य फक्त उपजीविकेसाठी करतो. पण आपला नातू मला असे काही प्रश्न विचारतो ज्यांची उत्तरे देण्यास मी असमर्थ ठरतो.' या गोष्टीवरून ते पंडित किती प्रामाणिक होते हे लक्षात येते.

उपजीविकेसाठी एखादे काम करताना किमान प्रत्येकानेच त्या कामाबाबत प्रामाणिक राहण्याची आवश्यकता असते. जसे, एखादा डॉक्टर उपजीविका म्हणून रुग्णांवर इलाज करतो. अशा वेळी त्याने रुग्णाला प्रामाणिकपणे सांगायला हवे, की 'कोणते औषध किंवा टेस्ट ही त्याचे आयुष्य वाचवण्यासाठी आहे आणि कोणती टेस्ट किंवा औषध हे त्याचा भ्रम दूर करण्यासाठी आहे.' परंतु प्रत्यक्षात घडते वेगळेच. अधिकाधिक डॉक्टरांना वाटते, की 'रुग्णाला आजाराविषयी सांगून मी जितके घाबरवेन, तितका तो महागडा इलाज करून घेण्यासाठी तयार होईल आणि मला जास्त पैसा (कमिशन) मिळेल.' वर्तमान परिस्थितीत कित्येक माणसे आपल्या आजीविकेला योग्य न्याय देत नाहीत, हेच वास्तव आहे.

अशाच प्रकारे ज्योतिष, पंडित किंवा आध्यात्मिक ग्रंथांचे वाचन करणारे पुराणिक हेदेखील ईश्वराच्या चरणी आपली सेवा रुजू करतात. पण याचा अर्थ त्यांना ईश्वराचा साक्षात्कार घडला आहे, असा होत नाही. सेवेच्या मोबदल्यात त्यांना उदरनिर्वाहासाठी पैसा मिळतो. अर्थात, यामध्ये अयोग्य काहीही नाही. आवश्यकता आहे, ती फक्त प्रामाणिकपणाची! जो संत एकनाथांच्या शिक्षकांमध्ये होता.

■

३

एकनाथांच्या प्रार्थनेचे उत्तर

बालक एकनाथाच्या मनात परम सत्याविषयी निरनिराळे प्रश्न निर्माण होत. परंतु त्यांची उत्तरे काही त्यांना मिळत नव्हती. 'चारही बाजूंना घडणाऱ्या गोष्टींसंबंधी मला खूप प्रश्न पडतात आणि त्यांची उत्तरे मला हवी आहेत,' अशी ओढ त्यांना लागली होती. प्रत्यक्षात हे असे प्रश्न होते ज्यांची उत्तरे त्यांना कुणीही देऊ शकत नव्हते. त्यामुळे एकनाथांचे मन बेचैन झाले. ते विचार करू लागले, 'ध्रुवबाळ आणि भक्त प्रल्हाद यांना नारदमुनी भेटले होते. प्रत्यक्ष ईश्वराचीच भेट घडवून देणारे त्यांच्यासारखे सद्‌गुरू मला केव्हा भेटतील?' मनुष्याचे असे विचार हेच प्रार्थनेचे रूप धारण करतात.

वयाच्या सहाव्या वर्षीच पैठणस्थित एकनाथांच्या अंतःकरणातून पहिली प्रार्थना उमटली. आताच्या काळात सहा वर्षांच्या मुलाच्या आयुष्यात इतक्या वैविध्यपूर्ण गोष्टी घडत असतात, की त्याव्यतिरिक्त अन्य उच्चतम गोष्टींवर विचार करण्यासाठी त्याच्याकडे वेळही नसतो. आईवडील, शिक्षक, शाळा, गृहपाठ अशा अनंत गोष्टींनी घेरलेले मूल भले कोणत्या प्रार्थना करणार?

मनुष्य ज्या वेळी अंतःकरणातून मदतीसाठी याचना करतो, त्या वेळी तो असा विचार करतो, 'बस्स! आता खूप झाले... या दलदलीतून मला एकदाचे बाहेर पडायचेच आहे.' तेव्हा कुठे काहीतरी घडण्याची शक्यता निर्माण होते. पण विचार करून पाहा, की बालक एकनाथाच्या जीवनात तर अशी कोणत्याही प्रकारची दलदल नव्हती, त्यांचे पाय

कोणत्याही जंजाळात रुतलेले नव्हते. त्यांच्या आयुष्यात तर जीव ओवाळून टाकणारे त्यांचे आजी-आजोबा होते. लाडाने ते एकनाथांना 'एका' अशी हाक मारत. तरीदेखील इतक्या लहान वयात त्यांच्यामध्ये इतके महान विचार कसे निर्माण होत होते.

एखाद्या पिकलेल्या फळाला पोपटाने जितक्या सहजतेने चोच मारावी, तितक्याच सुलभतेने शिष्य तयार होताच त्याच्यावर अनुकंपा, कृपा करण्यासाठी सद्गुरूदेखील सिद्ध होतात. एकनाथ त्या दिवसापासून आपल्या वयाच्या बाराव्या वर्षांपर्यंत सद्गुरूप्राप्तीसाठी प्रार्थना करत होते. आता या प्रार्थनेचे फळ त्यांना खूप लवकर मिळणार होते.

आकाशवाणीद्वारा संकेत

एके दिवशी एकनाथ रात्रीच्या वेळी मंदिरात झोपले होते. अचानक एक आकाशवाणी झाली. 'तू देवगडला जाऊन जनार्दन पंतांना शरण जा. तेच तुला कृतार्थ करतील. तुला सत्याचा आणि मुक्तीचा मार्ग दाखवतील.' आकाशवाणी म्हणजे आकाशातून एखाद्या आवाजाच्या माध्यमातून संदेश सांगितला गेला, असा अर्थ इथे घेऊ नका. आकाशवाणी म्हणजे अंतःप्रेरणा. जिथे आतून आवाज येतो, मार्गदर्शन मिळते. एकनाथांना आकाशवाणी ऐकू आली, याचा अर्थच हा, की त्यांची अंतःप्रेरणा जागृत झाली आणि सगळ्याच प्रश्नांची उत्तरे मिळण्याचे स्थान देवगड आहे, हा संकेत त्या आतील आवाजाने दिला.

मंदिरात झालेली ही आकाशवाणी ऐकून एकनाथ उठले आणि कुणाला काहीही न सांगतासवरता ते तडक देवगडच्या दिशेने निघाले. त्या वेळी त्यांची सत्यतृष्णा इतकी तीव्र होती, की अशा प्रकारे अचानक निघून गेल्यामुळे आपल्या पाठीमागे किती लोक दुःखीकष्टी होतील, हा विचारही त्यांच्या मनाला शिवला नाही.

या घटनेनंतर त्यांचे आजीआजोबा किती व्याकूळ, दीन झाले असतील हे आता आपल्या लक्षात आले असेल. एकनाथांच्या आईवडिलांनंतर आजीआजोबांनीच त्यांचे लालनपालन केले होते. याच कारणामुळे एकनाथांनी अत्यंत कोवळ्या वयात घर सोडून जाणे हा त्यांच्यासाठी खरेतर खूप मोठा धक्का होता. एकनाथ कुणालाही न सांगता निघून गेल्यामुळे आपले मूल गायब झाले असावे किंवा त्याला कुणीतरी उचलून नेले असावे अशी शंका आजीआजोबांना आली. इतकेच नव्हे, तर एकनाथाच्या बाबतीत काही दुर्दैवी घटना तर घडली नाही ना, या भीतीनेही त्यांचे मन पोखरले गेले. त्यामुळे एकनाथांची शोधाशोध गावात करत असतानाच, 'तो पाण्यामध्ये तर बुडाला नसेल ना' या विचाराने ते विहिरींमध्ये, नद्यांमध्येदेखील त्यांना शोधू लागले. पण सगळीकडे शोधूनही एकनाथ कुठेच सापडले नाहीत. दुःखाने व्याकूळ झालेल्या आजीआजोबांना तर हेदेखील ठाऊक नव्हते, की इतक्या लहान वयातच एकनाथांवर गुरुकृपा घडणार आहे! ■

खंड २

एकनाथांची गुरुसेवा

४

गुरुशरणार्थ एकनाथ

एकनाथांचे गुरू जनार्दन स्वामी पराक्रमी, निश्चयी, शिस्तबद्ध आणि तेजस्वी पुरुष होते. त्या वेळी ते दौलताबाद राजाच्या सेवेमध्ये होते. शिवाय, ते आपल्या शिष्यांना शिकवत आणि स्वत:देखील साधना करत. आपल्या कामामध्ये दक्ष असल्यामुळे राज्यात त्यांना खूपच मान होता. जनार्दन स्वामी गुरू दत्तात्रेय महाराजांचे उपासक होते. प्रात:काळापासून श्रीदत्तांच्या सेवेमध्ये ते मग्न असत. दुपारच्या वेळी राजाच्या कचेरीचे कामकाज बघत; तर संध्याकाळपासून रात्रीपर्यंत *ज्ञानेश्वरी* आणि *अमृतानुभव* या दोन ग्रंथांचे पठण करत. अशा प्रकारे जनार्दन स्वामींची दिनचर्या होती.

सद्गुरूंच्या ओढीने एकनाथ पैठणमधून निघाले आणि तीन दिवसांचा प्रवास करून जनार्दन स्वामींच्या आश्रमात पोहोचले. जनार्दन स्वामींना पाहता क्षणीच एकनाथांचे देहभान हरपले आणि त्यांनी गुरुचरणांवर स्वत:ला झोकून दिले. एकनाथांच्या शुभ इच्छांचा प्रभाव अनन्यसाधारण होता. त्यामुळेच 'एकनाथ आपला शिष्य बनण्यासाठी पात्र आहे' याची खातरी जनार्दन स्वामींना पटली आणि त्यांनी आनंदाने एकनाथांचा शिष्य म्हणून स्वीकार केला.

दुसरीकडे, एकनाथांनी आपल्या गुरूंकडे बघितले, त्यांचे बोलणे ऐकले आणि मंदिरातील आकाशवाणी ही जनार्दन स्वामींसारख्या गुरूंची प्राप्ती होण्यासाठीच झाली होती यावर त्यांचा ठाम विश्वास बसला. अशा तऱ्हेने एकनाथांनी नि:शंक होऊन

स्वतःला गुरूंच्या सेवेत अर्पण केले. गुरुप्राप्तीनंतर ताबडतोब ज्ञान मिळावे असा आग्रह एकनाथांनी कधीही धरला नाही. कारण सद्गुरूंकडून ज्ञान मिळवण्याआधी आपली पात्रता सिद्ध करावी लागते, ही बाब त्यांना ठाऊक होती. सेवेमुळे पात्रता तर सिद्ध होतेच; शिवाय तयारीही होते. ज्ञान मिळाल्यानंतर मनुष्य काय करेल... कोणत्या जबाबदाऱ्या उचलेल... त्या योग्य प्रकारे पार पाडू शकेल किंवा नाही... त्यांचे शरीर त्याला मदत करेल, की त्याचे तमोगुण त्याला तथाकथित ज्ञानी (दिखाऊ ज्ञानी) बनवतील, या सर्व गोष्टी तयारीमधून समजतात.

यावरून आपल्या लक्षात आले असेल, की एकनाथांकडून जी कार्ये घडणार होती, त्यासाठी अगोदर त्यांच्या शरीरावर काम होण्याची नितांत आवश्यकता होती. त्यांच्या शरीरावर काम झाले नसते तर आज ज्या प्रकारे आपण एकनाथ महाराजांचे महाजीवन चरित्र बघत आहोत, ते पाहायला मिळाले नसते. एकनाथ पहाटेपासून रात्रीपर्यंत अखंडपणे सेवाकार्यात मग्न असत आणि गुरुभक्तीमध्ये राहूनच सर्व कार्ये पार पाडत. ही बाब जनार्दन स्वामींनी हेरली होती.

त्या काळी गुरूंच्या आधीच शिष्यांना उठावे लागायचे आणि रात्री ते झोपल्यानंतरच शिष्य झोपायचे. प्रामाणिक, गुरुसेवेलाच सर्वस्व मानणारे शिष्य आपल्या कार्यांमध्ये पूर्णतः मग्न असायचे. इतके की, त्यांना श्वास घेण्याचीही फुरसत नसे, आणखी काही वेगळे करण्यासाठी वेळही मिळत नसे.

एकनाथ नेहमी हीच प्रार्थना करत, की 'गुरूंच्या सेवेसाठी मला अफाट सामर्थ्य लाभावे. ज्यामुळे अन्य सर्व नोकरचाकरांची कामे मी एकटाच पार पाडू शकेन.' स्वतःची तहानभूक विसरून एकनाथ आपल्या गुरूंच्या तहानभुकेचे स्मरण ठेवत. गुरूंच्या शारीरनिद्रेमध्ये थोडेही विघ्न येणार नाही याबाबत ते नेहमी सजग असत. गुरूंचा आनंद हाच एकनाथांचा परमानंद होता. गुरूंची वाणी हेच त्यांच्यासाठी शास्त्र होते. गुरूंची मूर्ती हीच त्यांच्यासाठी परमेश्वरूप तर गुरूंचे निवासस्थान म्हणजे त्यांच्यासाठी साक्षात स्वर्ग होता. इतकेच नव्हे, तर 'गुरु साक्षात् परब्रह्म' याच भावनेतून एकनाथ सेवा करत होते. जनार्दन स्वामींकडे दरबारातील चाकरीसंबंधीही अनेक कामे असत. या कार्यांच्या पूर्णतेमध्येही एकनाथ योगदान देत. म्हणजेच ते गुरुगृहातील कामांबरोबरच गुरूंची इतर कार्येही करत. 'जमाखर्च मांडणे' हा जनार्दन स्वामींच्या कामाचाच एक भाग होता. आता त्यांनी हे काम एकनाथांवर सोपवले. एकनाथ दररोज रात्री दिवसाच्या जमाखर्चाचे काम पूर्ण करत. अशा प्रकारे एकनाथ हळूहळू आपल्या गुरूंकडून प्रत्येक गोष्ट शिकत होते.

विखुरण्यापासून मुक्त असणारे एकनाथ

जवळपास सहा वर्षांपर्यंत एकनाथांची हीच दिनचर्या होती. या सहा वर्षांत, 'मला ज्ञान केव्हा मिळणार?' असा प्रश्न त्यांनी कुणालाही विचारला नाही. कारण त्यांना त्यांच्या अंतःप्रेरणेतून मिळालेल्या संदेशावर, गुरुजींच्या मागर्दशनावर ठाम विश्वास होता. त्यानुसारच ते दृढ निश्चयाने मार्गक्रमण करत होते. एकनाथांच्या अंतःकरणात गुरूंविषयी किती प्रगाढ श्रद्धा जागृत झाली होती, हे यावरून आपल्या लक्षात आले असेल. या प्रक्रियेत एकनाथांचे शरीर अशा प्रकारे तयार झाले, की ते केवळ परम सत्याचीच प्रार्थना करू लागले. म्हणजेच खूप लहान वयात ते विखुरण्यापासून मुक्त झाले. याचाच अर्थ, गुरूंची सेवा करता-करता एकनाथांचे सगळे मनोविकार शांत झाले. राग-लोभ विलीन झाले, इंद्रिये वासनारहित झाली, काया तेजोमय बनली. त्यांच्या रोमारोमांत आंतरिक समाधानाचे तेज प्रकटले.

वर्तमान काळाचा विचार केला तर मनुष्याचे आयुष्य वेगवेगळ्या प्रकारांनी विखुरलेले दिसेल. मनन केल्यावर आपल्याच लक्षात येईल, की 'माझे जीवन कशा प्रकारे विखुरलेले आहे... कित्येकांना मी कोणकोणती निरनिराळी वचने दिली आहेत... स्वार्थापोटी लोकांना काय काय बोललो आहे... किती निरनिराळे भ्रम निर्माण करून ठेवले आहेत...' ही विखुरलेली शक्ती एकत्रित होऊन जीवनातील भरकटलेपणा समाप्त होण्यासाठी आपण पेरलेल्या आणि चुकीच्या दिशांना गेलेल्या गोष्टींना, म्हणजेच अयोग्य प्रार्थनांना आपल्या केंद्रस्थानी (हृदयस्थानी) घेऊन या. यासाठी स्वतःला सांगा, की 'मी अमुक प्रार्थना (इच्छा) चुकीच्या दिशेने केली आहे पण आता मला ती माझ्या केंद्रस्थानी आणायची आहे.'

एकनाथ महाराज वयाच्या केवळ बाराव्या वर्षीच इतस्ततः भरकटण्यापासून मुक्त झाल्याने त्यांच्या आयुष्यात विखुरल्याचे दुःखच अस्तित्वात नव्हते. त्यामुळेच त्यांचे जीवन पूर्णतः केंद्रित होते. परंतु, एकनाथांचे आयुष्य कधीही न विखुरणारी आणि संपूर्णपणे केंद्रित करणारी शक्ती त्यांच्यामध्ये आली कुठून? हा प्रश्न इथे उपस्थित होतो. वास्तविक, हे सर्व गुरूंची सेवा केल्यामुळे आणि गुरुआज्ञेचे महत्त्व जाणल्यामुळेच घडले. शिवाय, बालवयात पंडितांनी ऐकवलेल्या गोष्टी एकनाथांच्या अंतःकरणावर बिंबल्या होत्या. परिणामी, लोकांना ज्या गोष्टींवर नंतर काम करावे लागते, अशा कित्येक गोष्टींपासून ते आधीच वाचले होते.

एकनाथांचे जीवनचरित्र वाचताना आपल्या लक्षात येईल, की विखुरण्यापासून पूर्णतः मुक्त असे एकनाथांचे आयुष्य होते. कारण त्यांच्या जीवनात इतर कोणताही

विषय आलाच नाही. प्रत्येकाचे आयुष्य वेगवेगळे असते, हे खरे! संत तुकारामांचे जीवन हे संत एकनाथांपेक्षा वेगळे होते... आपलेदेखील भिन्न आहे. असे असूनही आपल्याला काही मूलभूत सिद्धान्त समजून घ्यावे लागतील. शिवाय, अशा कोणत्या गोष्टी होत्या, ज्या सर्वांच्याच बाबतीत जवळपास सारख्याच घडल्या, ते जाणून घ्यावे लागेल. सगळ्या संतांच्या जीवनावर साकल्याने मनन केल्यानंतर आपल्या लक्षात येईल, 'सत्यप्राप्तीसाठी निरंतर प्रार्थना' आणि 'विखुरण्यापासून मुक्त होणे' या गोष्टी सर्वांच्याच जीवनात एकसमान होत्या. एकनाथांनीदेखील हृदयाच्या गाभाऱ्यातून प्रार्थना केली आणि त्यांच्या जीवनात जनार्दन स्वामींसारखे गुरू आले.

एकनाथांनी कायम गुरुसेवेलाच महत्त्व दिले. ते म्हणत, 'सेवेवर अशी काही प्रीती जडली, की तिचा थोडाही विरह सहन होणार नव्हता. सेवेमध्ये आळसाला तर जागाच राहिली नाही. कारण या सेवेमध्ये विश्रांतीचे स्थानच नाहीसे झाले. सेवेमध्ये तहानेला पाण्याचा विसर पडला आणि भूक मिष्टान्ने विसरली. जांभई द्यायलाही फुरसत राहिली नाही. सेवेमध्ये मन असे हरवून गेले, की जनार्दनांच्या आश्रयाला असणारा एका तिथेच एकरूप झाला.'

आता संत एकनाथांच्या नि:स्वार्थ सेवाभावाचे दर्शन घडवणाऱ्या घटना आपण पुढील अध्यायात जाणून घेऊ या.

■

५

एकाग्रतेचे शिरोमणी – एकनाथ

एकदा गुरुजींनी एकनाथांना जमाखर्चाचे काम दिले होते. त्यामध्ये एका पैशाची चूक होती, म्हणजे एका पैशाचा हिशेब लागत नव्हता. गुरुजी तर झोपी गेले होते. परंतु एकनाथ संपूर्ण रात्र जागून त्या एका पैशाचा हिशेब शोधत होते. लक्षात घ्या, एकनाथांच्या मनात त्याच वेळी असा विचार आला नाही, की 'एका पैशाचा तर हिशेब लागत नाही तेव्हा उद्या सकाळी पाहू या.' या कृतीमधून त्यांची श्रद्धा आणि तळमळ दिसून येते. आजचे काम आजच पूर्ण करण्याकडे त्यांचा कटाक्ष होता. कारण यासाठी त्यांचे शरीर प्रशिक्षित होते. आजकाल अधिकाधिक लोकांचा कल कामे टाळण्याकडेच असतो. वास्तविक, काय टाळायचे आणि काय नाही, ही बाब लोकांना ठाऊकच नसते. मनुष्याने आपल्यातील विकारांना आणि नकारात्मक गोष्टींनाच टाळायला हवे. पण घडते याच्या विरुद्ध! सेवा आणि सकारात्मक गोष्टींनाच ते जवळ करत नाहीत. थोडक्यात, जे गुण ग्रहण करायला हवेत त्यांनाच मनुष्य टाळत राहतो.

एकनाथ रात्रभर एका पैशाचा हिशेब लावत राहिले. रात्रीचा तिसरा प्रहरदेखील उलटून गेला होता. गुरुजींना अचानक जाग आली. मेणबत्तीच्या प्रकाशात एकनाथांना काम करताना त्यांनी बघितले. अचानक एकनाथांना त्या एका पैशाचा हिशेब लागला आणि त्यांनी आनंदाने टाळी वाजवली. ते पाहून गुरुजी त्यांच्याजवळ गेले आणि विचारले, "काय झाले, एका?" एकनाथ म्हणाले, "एका पैशाची चूक सापडली. त्यामुळे मला

खूप आनंद झाला.'' वस्तुस्थिती माहिती करून घेतल्यानंतर गुरुजी म्हणाले, ''अरे! एका पैशाचा एवढा आनंद... एका पैशाची चूक समजल्यावर तुला इतका आनंद झाला तर विश्वनिर्मिती करताना तुझ्याकडून जी चूक झाली ती समजल्यानंतर तर काय होईल, याचा विचार कर.'' वास्तविक, जनार्दन स्वामींना असे सांगायचे होते, की 'या जगामध्ये प्रवेश करताच तुझ्याकडून जी चूक घडली, ती समजली तर किती खूश होशील, नृत्याविष्कार घडतील, त्या चुकीचा किती आनंद घेशील.'

संत एकनाथांच्या जीवन-माध्यमातून कोणत्या चुकीविषयी आपल्याला संकेत दिला आहे, याचा विचार करा.

मनुष्य स्वतःला शरीर मानण्याची (मी शरीर आहे) चूक करतो आणि स्व-अनुभवातून याविषयी त्याला जेव्हा समजते त्या वेळी एक विशिष्ट वातावरण (सत् चित आनंद) तयार होते.

आपल्या बोलण्यातून गुरुजींनी केलेला हा इशारा एकनाथ महाराजांना मनन करण्यासाठी पुरेसा होता. म्हणूनच तर म्हणतात, 'शहाण्याला शब्द पुरेसे असतात.' अशा प्रकारे एकनाथांच्या विद्यार्जनाची आणि समजप्राप्तीची सुरुवात झाली. सेवेच्या माध्यमातून त्यांनी स्वतःला पूर्णतः तयार केल्यामुळे हे घडले. सेवेने एकनाथांना एकाग्रतेचा शिरोमणी बनवला. एका पैशाच्या हिशेबासाठी संपूर्ण रात्र मेहनत करून त्यांनी गुरुजींसमोर हे सिद्ध केले, की छोट्यातील छोटा मुद्दा समजून घेण्यासाठीही अत्यंत खोलवर जाऊन ते मननाचा उच्चतम बिंदू गाठू शकतात.

तसे बघितले तर लोकांचे मन अत्यंत निब्बर असते. त्यामध्ये तीक्ष्णता म्हणजेच धारदारपणा अजिबातच नसतो. त्यामुळे क्षणिक विचार करून ते कोणताही विषय पटकन सोडून देते, त्यावर जराही मनन करू शकत नाही. 'आत्ता नको उद्या विचार करता येईल' असे मनाचे म्हणणे असते. मनुष्याच्या मनाला खोलवर जाण्यासाठी भाग पाडले तर ते ताबडतोब थकते. पण सखोल विचार न करता उथळपणे विचार करताना किंवा इकडेतिकडे भटकताना मनाला अजिबातच थकवा जाणवत नाही. मनुष्याचे मन तासन् तास काही ना काही विचार करत राहते. पण याचा त्याला पत्ताही लागत नाही.

जसे, थिएटरमध्ये सिनेमा पाहण्यात दीड-दोन तास कसे निघून जातात हे कळतही नाही. कारण तिथे मनाला सतत खाद्य (मनोरंजन) मिळते. त्या वेळी ते अशा गोष्टींमध्ये गुंतून पडते, 'वा! त्या हिरोचे कपडे किती छान आहेत... नवीन फॅशन आलेली दिसतीय... त्याच्या मागे कोण नाचत होते... वगैरे.' पण मनाचे खाद्य बंद करून त्याचा लगाम खेचल्यावर त्याला अनावर झोप येते.

एकनाथांचे शरीर कार्यासाठी अगोदरच घडवले गेले होते. त्यामुळे एकनाथांच्या परवानगीशिवाय झोपही त्यांच्या वाऱ्याला उभी राहत नसे. गुरुजी निद्राधीन होण्यापूर्वी एकनाथ कधीही झोपत नसत किंवा पैशाचा हिशेब मिळेपर्यंत ते जागेच राहत. असे समर्पित सेवाकार्य एकनाथांच्या शरीराच्या माध्यमातून घडले, जे एकनाथी निर्माण करणार होते.

■

६

एकनाथांचे अनुष्ठान : एक वीर एकनाथ

एके दिवशी गुरुजी ध्यानस्थ बसले होते आणि एकनाथ बाहेर पहारा देत होते. तितक्यात काही लोक भेदरलेल्या अवस्थेत तिथे धावतपळत आले. महालावर कुणीतरी हल्ला केला होता आणि त्यामुळे युद्धसदृश परिस्थिती निर्माण झाली होती. ही बातमी त्यांना तातडीने जनार्दन स्वामींना सांगायची होती. प्रत्यक्षात ते युद्ध म्हणजे छोटासा विद्रोहच होता. असे बंड, ज्यामध्ये राजाधिकार मिळवण्यासाठी किंवा लोकांमध्ये फूट पाडण्यासाठी लहानसहान हल्ले केले जातात. एकनाथ पहाऱ्यावर असल्यामुळे लोकांनी पहिल्यांदा ही गोष्ट त्यांनाच सांगितली. एकनाथांनी त्या लोकांना गुरूंकडे पाठवण्याऐवजी 'मीच काहीतरी करतो' असे म्हणून आश्वस्त केले आणि ते आतमध्ये गेले. बाहेर आले ते जनार्दन स्वामींचा युद्धाचा पोशाख चढवून आणि शस्त्रास्त्रे घेऊनच. विद्रोह करणाऱ्यांवर ते मोठ्या हिमतीने चालून गेले. काही तासांनंतर एकनाथ युद्ध जिंकूनच परतले. आल्यानंतर योद्ध्याचा पोशाख उतरवून पुन्हा एकदा शांतपणे बाहेर पहाऱ्यावर बसले. गुरुजी समाधीमधून बाहेर आल्यानंतर एकनाथांनी युद्धामध्ये गाजवलेल्या स्व-कर्तृत्वाविषयी शब्दही उच्चारला नाही. गुरुजी बाहेर आले आणि आजूबाजूचे बदललेले वातावरण पाहून त्यांनी कुणालातरी विचारले, "काय झालं?" त्या वेळी त्यांना संपूर्ण हकिकत सांगण्यात आली. शिवाय 'आपण समाधीस्थ असल्यामुळे आपल्याऐवजी एकनाथ स्वतः युद्धावर गेले होते,' हेदेखील सांगितले.

वरील घटनेत एकनाथांची प्रखर निष्ठा आणि सेवाभाव पाहून, एकनाथांना आता ईश्वर दर्शन घडवण्याची वेळ आली आहे, हे जनार्दन स्वामींनी जाणले. त्यांनी एकनाथांना दत्तात्रेय महाराजांचे दर्शन घडवले आणि शूलभंजन पर्वतावर अनुष्ठानासाठी पाठवले. एकनाथांनी पर्वतावर गुरुआज्ञेनुरूप नामस्मरण इत्यादी सर्व बाबींचे कसोशीने पालन केले.

शूलभंजन पर्वतावरील अनुष्ठान

शूलभंजन पर्वतावर एकनाथ स्मरणासाठी समाधीमध्ये बसायचे. समाधीत ते अशा तऱ्हेने तल्लीन होत, की त्यांना आपल्या देहाची जाणीवही उरत नसे. एखादा साप त्यांच्या शरीरावरून सरपटत गेला तरीदेखील त्यांना ते समजत नसे. संपूर्ण दिवस समाधीचा अभ्यास केल्यानंतर संध्याकाळी ते त्या अवस्थेमधून बाहेर येत. त्याच वेळी दररोज एक गवळी तिथून जात असे. एकनाथांचे तेज बघितल्यावर ते नक्कीच संतपुरुष आहेत हे त्या गवळ्याच्या लक्षात आले. एके दिवशी एकनाथ समाधी अवस्थेमधून उठल्यानंतर त्या गवळ्याने त्यांना प्रणाम केला. तो म्हणाला, ''महाराज, मी दररोज इथून जाताना आपल्याला पाहतो. मला आपली सेवा करण्याची इच्छा आहे, महाराज!'' यावर एकनाथांनी होकार दर्शवला. त्यानुसार तो गवळी दररोज ताजे दूध नाथांसाठी आणू लागला. एकनाथांनीदेखील त्याचा शुद्ध भाव जाणून दुधाचा स्वीकार केला. वास्तविक, सत्याच्या मार्गावर दृढतेने पावले पडण्याची सुरुवात होताच या व्यवस्थाही आपोआप निर्माण होतात. हे सर्व जुळून येणे, घडणे या बाबी स्वत:मध्येच एक आश्चर्य आहे. परंतु ही गोष्ट समजत नसल्यामुळेच लोक याला 'चमत्कार' म्हणतात.

एके दिवशी तो गवळी रोजच्यापेक्षा थोडा लवकरच त्या रस्त्याने चालला होता. त्या वेळी एकनाथ समाधी अवस्थेत होते. पण तेव्हाच गवळ्याने एका सापाला नाथांच्या शरीरावर चढताना बघितले. ते पाहून त्याची भीतीने गाळण उडाली आणि तो जोरजोरात ओरडू लागला. एकनाथांनी डोळे उघडले तेव्हा साप त्यांच्या शरीरावरून उतरून सरपटत दिसेनासा झाला. त्या दिवशी एकनाथांना ठाम विश्वास वाटला, की 'सापाचे विषदेखील माझ्यासाठी अमृत ठरत असेल तर आता मला कोणतीही काळजी करण्याची आवश्यकताच नाही. अर्थात या स्थितीतही मला कुणी जिवंत ठेवत आहे तर सगळी भिस्त त्याच्यावरच सोडायला हवी.'

सत्यासंबंधी ऐकल्यानंतर आणि ते अनुभवल्यानंतर आपल्यालाही वाटते, 'खरेच! प्रत्यक्षात असेच तर घडते.' असे घडते तेव्हा तो अनुभव जाणीवपूर्वक लक्षात ठेवण्याची किंवा वारंवार आठवण्याची गरज भासत नाही. तो आपल्या जीवनाचाच अविभाज्य भाग असतो आणि कायमस्वरूपी आपल्या स्मरणात राहतो.

एकनाथांना जितक्या कालावधीसाठी त्या पर्वतावर पाठवले होते, तितका काळ ते तिथे राहिले आणि अनुष्ठान पूर्ण करून त्यांनी सत्य जाणून घेतले. सेवेच्या माध्यमातून गुरुजींनी अगोदरच त्यांची पूर्ण तयारी करून घेतली होती. याव्यतिरिक्त एकनाथांनी युद्धकौशल्यही दाखवले होते. त्यातून पाखंड पसरवणाऱ्यांविरुद्ध एकनाथांनी शड्डू ठोकून वीरतेचे प्रदर्शन घडवले होते. त्यामुळेच, 'संत एकनाथ हे एक वीर एकनाथ, महावीर एकनाथ' आहेत, असे नक्कीच म्हणता येईल.

आपण सेवेमध्ये असताना आपल्यासमोर नवीन परिस्थिती, घटना येतात. जसे, अचानक कुणीतरी आपल्याशी वाद घालते किंवा कार्यामध्ये विघ्ने येतात. अशा वेळी आपण ती स्थिती ज्या पद्धतीने हाताळतो त्यातून आपली तयारी होते. केव्हा गप्प राहण्याची आवश्यकता आहे आणि बोलण्याची गरज नेमकी कुठे आहे, याचे प्रशिक्षण अशा परिस्थितींमधून मिळते. मग त्यातूनच आपली पात्रता वाढते.

तीर्थयात्रेसाठी एकनाथ आता पूर्णपणे सिद्ध झाले आहेत असा विश्वास जनार्दन स्वामींना वाटला. त्यामुळेच एकनाथांना तीर्थयात्रेला जाण्याची त्यांनी आज्ञा दिली.

■

७

सत्‌शिष्य एकनाथांच्या जीवनात गुरुआज्ञेचे स्थान

एकनाथांचे शरीर प्रशिक्षित झाल्यानंतर, त्यांच्या सेल्फला आत्मदर्शन घडले. त्यानंतर जनार्दन स्वामींनी त्यांना भागवत धर्माच्या प्रसारार्थ यात्रा करण्याची आज्ञा दिली. तरीही, काही काळ एकनाथांना आपल्या गुरूंसमवेत राहण्याचीच इच्छा होती. शिष्याचा आग्रह न मोडता जनार्दन स्वामी सुरुवातीच्या काही यात्रांमध्ये एकनाथांसोबत राहिले. त्या वेळी जनार्दन स्वामींच्या नजरेतून 'यात्रा कशी करायची' याचा बोध एकनाथांना झाला. नाशिक, त्र्यंबकेश्वर इत्यादी यात्रा एकनाथांनी जनार्दन स्वामींसमवेतच केल्या.

सोळाव्या शतकात 'यात्रा'देखील आध्यात्मिक लक्ष्यप्राप्तीचा प्रारंभिक प्रयत्न, पहिला सोपान मानला जात असे. त्या काळातील ही आवश्यकताच होती. आजच्या काळात यात्रेकडे वेगळ्या पद्धतीने बघितले जाते. यात्रेचे खरे उद्दिष्ट ठाऊक असेल तरच तिचा लाभ घेता येतो. अन्यथा, मनुष्य मायेमध्येच अधिकाधिक गुरफटत जातो. यात्रेचा योग्य अर्थ समजून घेतला नाही तर पूर्वीच्या काळापेक्षाही ही दुविधा आत्ता जास्त जाणवेल. सध्याच्या काळात गॅजेट्सच्या आणि कॉम्प्युटर्सच्या साहाय्याने लोक एकाच जागी बसून सहजतेने संपूर्ण विश्वाचे भ्रमण करतात. पण त्या काळात यात्रेचे महत्त्व अनन्यसाधारण होते. खरेतर यात्रा म्हणजे तीर्थाटनच असे. म्हणजेच अध्यात्माची धूळपाटी गिरवताना सुरुवातीचा प्रयत्न म्हणून केली जाणारी यात्रा ही तीर्थही बनू शकत होती. कारण समजेसह यात्रा करून आलेल्या मनुष्याच्या मनात 'मी तीर्थाटन करून

परत आलो आहे. आता याचा सराव मला समाजामध्ये वावरताना करायचा आहे,' हा भाव असेल, तर या भावनेसह त्याच्यात अत्यंत महत्त्वाचे आंतरिक बदल घडतील. अन्यथा,लोक एका यात्रेवरून परत येतात आणि पुन्हा एखाद्या नवीन यात्रेची तयारी करतात. पण या दोन यात्रांच्या मधल्या काळात त्यांनी जे शिकायला हवे होते, त्यापासून अनभिज्ञच राहतात.

प्रत्यक्षात अशा मोठमोठ्या यात्रा ज्या-ज्या संतांनी केल्या त्या माध्यमातून त्यांनी खूप काही सिद्ध केले. ज्ञान मिळण्याआधी आणि ज्ञानप्राप्तीनंतर त्यांच्याकडून घडणाऱ्या यात्रांमध्ये खूप तफावत होती.

सामान्यत: कोणतीही यात्रा चारचौघांसारखी पूर्ण करून मनुष्य जेव्हा परत येतो, त्या वेळी त्या यात्रेतून विशेष काहीही साध्य होत नाही. पण आपण जेव्हा यात्रेसंबंधीचा आपला दृष्टिकोण बदलतो, की 'ही यात्रा माझी उद्दिष्टे सफल करण्यासाठी साहाय्यक ठरेल आणि या यात्रेमुळे मला अमुक प्रश्नांचे उत्तर मिळेल,' त्या वेळी आपला हा विचार, भावना नक्कीच चमत्कार घडवणारी असते. फक्त त्यासाठी आपल्याला ही यात्रा का करायची आहे, हे माहीत असणे आवश्यक आहे. वेगवेगळ्या यात्रांमुळे मनुष्याला खूप काही बघायला, ऐकायला आणि अनुभवायला मिळते. दरम्यान, त्याला काही संकटांनाही सामोरे जावे लागते. शिवाय, आपल्या मनाची बडबडही ऐकावी लागते. हे आत्मदर्शन करून जेव्हा तो परत येतो तेव्हा त्याची यात्रा तीर्थ बनते. एकनाथांची यात्रा हीदेखील त्यांच्यासाठी तीर्थासमान बनली.

एकदा यात्रेदरम्यान जनार्दन स्वामी आणि एकनाथ एका ब्राह्मण पंडिताला भेटले. वास्तविक, त्या काळातील सर्व ज्ञान आणि ग्रंथ वगैरे फक्त संस्कृत भाषेतच उपलब्ध होते. ब्राह्मण समाजाला संस्कृत भाषा अवगत असल्यामुळे ग्रांथिक ज्ञानाचा अधिकार त्यांना होता. पण सर्वसामान्य माणसे या भाषेपासून दूर असल्यामुळे त्या काळी अस्तित्वात असणाऱ्या ग्रंथांचा, ज्ञानाचा लाभ त्यांना मिळत नसे. या विविध ग्रंथांपैकी एक आहे, 'भगवद्‌गीता' आणि दुसरा 'गीता भागवत'. गीता भागवतामध्ये श्रीकृष्णांच्या दुर्मीळ कथा संग्रहित केल्या आहेत. जनार्दन स्वामींनी द्रष्टेपणाने एकनाथांना गीता भागवतावर टीका करून त्याचा अनुवाद मराठीमध्ये करण्याची आज्ञा केली.

गुरुआज्ञा शिरसावंद्य मानून एकनाथांनी गुरूंसमक्षच या कार्याचा श्रीगणेशा केला. कालांतराने जनार्दन स्वामी एकनाथांना आशीर्वाद देऊन देवगडला परतले. एकनाथांनी भागवतावर लिहिलेला हा पहिला ग्रंथ म्हणजे, *चतु:श्लोकी भागवत.* संत एकनाथ म्हणतात, 'ग्रंथलेखनाचे ज्ञान मला अजिबातच नाही. माझ्या गुरूंच्या आज्ञेनुसारच हे

कार्य माझ्याकडून घडले. गुरुआज्ञेचे सामर्थ्यच विलक्षण आहे. भागवताचा अर्थ समजून घेणे हेदेखील माझ्यासाठी शिवधनुष्य पेलण्यासमान होते. तरीही गुरुआज्ञा झाल्यानंतर भागवताचा अर्थ माझ्या लक्षात येऊ लागला. गुरुआज्ञेने असा काही पाठपुरावा केला, की दैनंदिन गोष्टींमधूनही ज्ञान मिळू लागले, ज्ञान शब्दांपुढे धावू लागले आणि मनात येणारे सर्व काही ग्रंथार्थ होऊ लागले.' अशा प्रकारे लोकभाषेत भागवताची रचना करतानाच एकनाथांनी गुरुआज्ञेचे महत्त्वदेखील अधोरेखित केले आहे.

जनार्दन स्वामींच्या प्रमुख दोन आज्ञा

जनार्दन स्वामींनी देवगडला परतण्यापूर्वी यात्रेच्या पुढील टप्प्यांसाठी एकनाथांना महत्त्वपूर्ण अशा दोन आज्ञा दिल्या.

त्यातील पहिली आज्ञा होती– 'यात्रेदरम्यान तुला कित्येक माणसे भेटतील. त्या वेळी तुला ज्ञात असणारे ज्ञान हे तू स्वतःपाशीच ठेव. ते प्रकट करू नकोस. म्हणजेच त्यासंबंधी काही बोलू नकोस.'

सामान्यतः प्रत्येकालाच वाटते, की मला ठाऊक असणारी गोष्ट इतरांना सांगावी. म्हणजेच मनुष्याला दुसऱ्याचे ऐकण्यापेक्षा स्वतःचे म्हणणे मांडण्यातच अधिक रस असतो. इथेच एकनाथांच्या गुरूंनी त्यांना जागरूक केले, की 'यात्रांमध्ये तुला इतरांचे ऐकायचे आहे.' गुरुजींच्या सांगण्यानुसार हा यात्रेचा नियम होता, की 'तू इतरांना काहीही सांगण्यासाठी जात नसून ऐकण्यासाठी - श्रवणासाठी चालला आहेस.'

दुसरी आज्ञा होती– 'यात्रेमध्ये तुझ्या भेटी साधुसंतांबरोबर होतील, त्यांच्याशी तू वार्तालाप करशील. हे सर्व करताना तुला तुझा स्व-आनंद तुझ्या आतमध्येच अनुभवायचा आहे. हे तुला जमले तर तू आत्मज्ञानामध्ये स्थिर होशील.'

इथे स्थिर होण्याचा अर्थ, स्टॅबिलाइज होणे हा आहे. अशा प्रकारे संकेतांच्या माध्यमातून गुरुजींनी एकनाथांना सांगितले, 'तुझ्या या यात्रेचा उद्देश आत्मस्थिरता (स्टॅबिलायझेशन) प्राप्त करणे हा आहे.'

जनार्दन स्वामींनी सांकेतिक भाषेत सांगितले, 'ही वेळ प्रशंसा मिळवण्याची नसून वारीचीम यात्रेची आहे.' त्यामुळेच यात्रा करणाऱ्या संप्रदायाला वारकरी संप्रदाय असे म्हणतात. एकनाथांनी गुरुआज्ञेचे तंतोतंत पालन करण्याचे ठरवले. 'गुरुजींनी असे का सांगितले असावे किंवा मी असे करायला हवे की नाही,' अशा कोणत्याही किंतु-परंतुम ध्ये ते अडकले नाहीत. कारण गुरूंची आज्ञा हीच त्यांच्यासाठी एकमेवाद्वितीय होती.

सामान्यतः असे पाहायला मिळते, की गुरूंनी आज्ञा दिल्यानंतर कित्येक शिष्यांना, 'असे का करायचे... हे केले नाही तर काय फरक पडेल' यांसारखे प्रश्न पडतात. काही

तर गुरूंच्या आज्ञेचे पालन न करता आपल्या मनाचेच ऐकतात.

जसे, गुरू एका शिष्याला विचारतात, 'आजकाल आपण सत्संगात का येत नाही?' यावर शिष्य सांगतो, 'आपल्या मार्गदर्शनाचा मला खूप लाभ झाला. आपल्या ज्ञानामुळे माझ्या जीवनातून ताणतणाव, दु:ख, अडचणी, भार आणि उतारचढाव कमी झाले. आपल्याकडून मिळालेल्या ज्ञानामुळे मी तृप्त झालो, आपण खरोखरच महान आहात. या ज्ञानामुळे मी आतापर्यंत जे काही मिळवले त्यामुळे सर्व काही उत्तम सुरू आहे. त्यामुळे यापुढे मला आणखी काही शिकण्याची आवश्यकताच वाटत नाही.'

या उत्तरावर गुरू त्या शिष्याला, आतापर्यंत मिळालेल्या ज्ञानाच्या पुढील पायरीवर जाण्यासाठी सत्यश्रवण आवश्यक असल्याचे समजावून सांगतात. तरीही शिष्याचे तेच उत्तर असते, 'आता मला अधिक श्रवणाची आवश्यकता वाटत नाही.' इथे या शिष्याच्या लक्षात महत्त्वाची गोष्ट येत नाही, की गुरूंकडून मिळालेल्या ज्ञानामुळेच त्याच्या जीवनात इतके सकारात्मक बदल घडले. त्याच गुरूंनी श्रवण अखंडितपणे सुरू ठेवण्याची आज्ञा दिली आहे तर त्यामागे नक्कीच काही तरी कारण असणार.

मात्र, मनाचा गुलाम असणारा शिष्य, गुरूंची आज्ञा सहजपणे धुडकावतो. त्यातून तो स्वत:च्याच पायांवर कुऱ्हाड पाडून घेतो आणि केवळ मायेचेच श्रवण निरंतर ठेवल्याने काही वर्षांपासून तो सत्यापासून दूर जातो. यासाठीच मनाला आपला गुरू बनवू नका. मनाला गुरू बनवल्यामुळे मन मनमानी करते. आपल्याला मनरूपी गुरूच्या छत्रछायेखाली नव्हे, तर एकनाथांप्रमाणे खऱ्या गुरूंच्या कृपाछत्राखाली, आज्ञेमध्ये राहायचे आहे.

एकनाथ खरे शिष्य होते. आपल्या गुरूंच्या शिकवणींचे महत्त्व जाणून त्यांनी नेहमीच गुरुआज्ञेचे पालन केले. तीर्थयात्रा पूर्ण झाल्यानंतर एकनाथ पैठणला गेले. त्या वेळी त्यांना आपल्या गुरूंकडून, 'आता तू गृहस्थाश्रमामध्ये प्रवेश कर' अशी आज्ञा लिखितरूपात मिळाली. एकनाथांनी ही गुरुआज्ञादेखील शिरोधार्यच मानली. यात्रा पूर्ण झाल्यानंतर आणि ईश्वर दर्शन घडल्यानंतरही एकनाथांनी गुरूंच्या आज्ञेचे उल्लंघन केले नाही. त्यांनी, 'मी लग्न का करू? या प्रपंचात का पडू?' असे कोणतेही प्रतिप्रश्न केले नाहीत, तर स्थिरचित्ताने गुरुआज्ञेची अंमलबजावणी केली. कारण गुरूंच्या प्रत्येक आज्ञेमागे एक उद्देश दडलेला असतो आणि त्याचा लाभ शिष्यालाच मिळतो, हे सत्य त्यांना ठाऊक होते.

■

८

गाढवामध्ये हरिदर्शन

एकनाथांच्या नेक चारित्र्याचे दर्शन घडवणाऱ्या कित्येक घटना आपल्याला त्यांच्या आयुष्यात पाहायला मिळतात.

एकनाथ आपल्या गुरूंचा आशीर्वाद घेऊन पहिल्यांदा काशीला आणि तिथून प्रयागला गेले. प्रयागमध्ये काही काळ व्यतीत केल्यानंतर त्यांनी तेथील गंगाजल रामेश्वरमला नेऊन अर्पण करण्याचे ठरवले. त्या काळातील लोक मोठ्या दांड्याला पाण्याची घागर टांगून ती खांद्यावरून घेऊन जात असत. त्याला 'कावड' म्हणत. एकनाथांच्या खांद्यावरही अशीच कावड होती. यात्रेच्या दरम्यान नव्याने ओळख झालेले काही लोकदेखील एकनाथांबरोबर रामेश्वरमच्या दिशेने निघाले.

या यात्रेदरम्यान एकनाथांनी रस्त्यात एका गाढवाला बघितले. तहानेमुळे व्याकूळ झालेले ते गाढव जमिनीवर तडफडत पडले होते. पाणी मिळाले नाही तर ते जास्त काळ जिवंत राहण्याची शक्यताही वाटत नव्हती. पण त्याचा जीव वाचवण्यासाठी आजूबाजूला कुठेही पाणी उपलब्ध नव्हते. या सर्व परिस्थितीत एकनाथांनी क्षणाचाही विलंब न लावता आपल्या मडक्यातील पाणी गाढवाला पाजले आणि त्याचा जीव वाचवला.

एकनाथांनी त्या गाढवाला पवित्र गंगाजल पाजले हे पाहून लोक चक्रावले. रामेश्वरला अर्पण करण्यासाठी महत् प्रयासाने प्रयागहून आणलेले गंगाजल एकनाथांनी एका शूद्र गाढवाला कसे काय पाजले? याचे कोडे कुणालाही उलगडेना. पण इथे गधा म्हणजे

खरोखरंच गाढव असा घ्यायचा नाही, तर गधा (ग-ध)चा अर्थ आहे गलत धारणा, चुकीचे पूर्वग्रह. 'हा गधा नसून गलत धारणा आहे,' ही गोष्ट एकनाथांना ठाऊक होती.

एकनाथांनी गाढवाला पाणी पाजल्यानंतर कित्येकांनी त्यांच्यावर दोषारोपण केले, त्यांना चुकीचे ठरवले. प्रत्यक्षात त्या लोकांना एकनाथांची समज (प्रज्ञा) काय आहे आणि ते कुणाला प्रतिसाद देत आहेत, हे ठाऊक नव्हते. त्यामुळे त्यांनी एकनाथ मूर्ख असल्याचे आरोप त्यांच्यावर केले. मात्र, त्या लोकांनाही एकनाथांनी शांतपणे उत्तर दिले – ''या गाढवाला पाणी पाजून मी रामेश्वरलाच गंगाजल अर्पण केलं आहे, माझं काम पूर्ण झालं. तुम्ही तर अजून तिथे पोहोचलाही नाहीत आणि गंगाजल अर्पण करणं अजूनही तुम्हांला जमलेलं नाही.''

पुढे एकनाथ म्हणाले, ''वेळेवर उपयुक्त न ठरणाऱ्या ज्ञानाला काहीही किंमत नाही, शिवाय योग्य वेळी जीवन देऊ शकत नाही ते जलदेखील कोणत्याही कामाचं नाही.'' म्हणून तर, 'जल म्हणजेच जीवन' असे म्हणतात.

अनुभव आणि समज यामुळे एकनाथांमध्ये एक प्रकारची दृढता आली होती. त्यामुळेच ते लोकांना इतके बिनचूक उत्तर देऊ शकले. आपल्यामध्ये ही आंतरिक दृढता असते त्या वेळी सहज, सोपा, सरळ प्रतिसाद देता येतो. अन्यथा, दृढतेअभावी आपल्याला कुणी अपशब्द वापरले किंवा 'गाढव' म्हटले तर त्याचे वाईट वाटते. कारण गाढव शब्द चुकीचा, वाईट आहे. तसेच मी आणि गाढव हे दोघेही वेगवेगळे आहोत ही धारणा यामागे असते.

मात्र, समंजस, दृढतेने परिपूर्ण असलेल्या मनुष्याला गाढव शब्द ऐकल्यानंतर वाईट वाटणार नाही. शब्द ऐकून वाईट वाटत असेल तर आपण त्या शब्दाकडे मान्यतेच्या चश्म्यातून पाहत आहात. त्याचप्रमाणे दुःख आल्यानंतर त्यामागे आपला चुकीचा विचार असतो हे लक्षात घ्या. कारण चुकीच्या मान्यतेशिवाय दुःख येत नाही. गाढव शब्द ऐकल्यामुळे आपण स्वतःला जे मानले आहे, त्याचे दर्शन घडते. हीच तर खरी शिकवण, खरे ज्ञान आहे. या ज्ञानाचा उपयोग कुणाला होत नसेल तर त्याने ज्ञानाचा अर्थच जाणला नाही, असे म्हणावे लागेल. संतांच्या जीवनावर आधारित अशा कथा मनुष्याला मनन करण्यासाठी प्रेरित करतात.

एकनाथांना गाढवातही परमेश्वर दिसला. कारण त्यांनी आपल्या गुरूंकडून संत ज्ञानेश्वर महाराजांचे जीवन चरित्र ऐकले होते. एकनाथांचे गुरू जनार्दन स्वामी स्वतः ज्ञानेश्वरीचे पठण करत आणि एकनाथांना त्यातील उपदेश सांगत. शिवाय, एकनाथांनी संत नामदेवांचे अभंग आणि भजनंदेखील ऐकली होती. त्यामुळेच 'वेळेवर उपयोगी न

पडणारे ज्ञान हे कोणत्याही कामाचे नसते' हे त्यांना ठाऊक होते. म्हणूनच तर भक्तीच्या माध्यमातून, 'सर्वाभूती परमेश्वर... सर्वांमध्ये एकाचेच दर्शन घ्या' असे सांगितले जाते. कारण प्रत्यक्षामध्ये दुसरा कुणीही नाही. वास्तविक कोणतेही गाढव रस्त्यात पडलेले नाही. ते आपल्या ध्यानक्षेत्रामध्ये आलेले केवळ एक दृश्य आहे. ज्याच्या आधारे, त्या परिस्थितीत आपण काय करू शकतो हे पाहता यावे. एकनाथांसमोर ही परिस्थिती आली त्या वेळी त्यांना जे करता येणे शक्य होते, त्यांनी ते केले आणि अशा प्रकारे दृश्य बदलले. त्या गाढवाला 'जीवनदान' मिळाले, ते उठून उभे राहिले.

अशा प्रकारे एकनाथांसमवेत यात्रेतील लोक वेगवेगळ्या गोष्टी शिकत होते. ज्ञान प्राप्त करण्यासाठी पात्र असणाऱ्यांना एकनाथांच्या उक्तीचा आणि कृतींमागचा अर्थ समजत असे.

गुरुआज्ञेनुसार यात्रेसाठी गेलेले एकनाथ अशा तऱ्हेने नवनवीन लोकांना भेटत राहिले. त्यांच्या सान्निध्यात राहिले आणि त्याच वेळी ते स्व-आनंदातही राहिले. एकनाथांनी वयाच्या सहाव्या वर्षी प्रार्थना केली. बाराव्या वर्षी ते गुरूंना शरण गेले. अठराव्या वर्षी ते तीर्थयात्रेसाठी निघाले आणि वयाच्या पंचविसाव्या वर्षी सगळ्या यात्रा पूर्ण करून स्व-आनंद घेत-घेत ते आपल्या गावी पैठणला परत आले.

■

१

एकनाथांच्या शोधार्थ

एकनाथ तीर्थयात्रेसाठी निघाले. तेव्हादेखील पैठणला त्यांचे आजीआजोबा आपल्या नातवाचा शोध घेतच होते. एकुलत्या एक नातवासाठी जीवाचे रान करणाऱ्या आजीआजोबांचे हाल एकनाथांच्या बालवयातील शिक्षकांना– पंडितांना पाहवत नव्हते. त्यामुळे नाथांना शोधून घरी परत आणण्याची जबाबदारी पंडितांनी आपण होऊन अंगावर घेतली आणि ते यात्रेसाठी निघाले. एकनाथांचा बालपणीचा चेहरा, त्यांच्या आवडीनिवडी आणि त्यांचा आध्यात्मिक स्वभाव हे सर्व लक्षात घेऊन, 'एकनाथ नक्कीच एखाद्या संतांबरोबर वास्तव्याला असणार' असा निष्कर्ष पंडितांनी काढला. आजच्या काळासारखी त्या काळात परिवहनाची आधुनिक साधने उपलब्ध नसल्याने यात्रा करणे तितकेसे सोपे नव्हते. तरीदेखील पंडितजी औरंगाबाद, काशी अशा ठिकाणी जाऊन एकनाथांची आवर्जून चौकशी करत राहिले. पण अथक प्रयत्नांनंतरही त्यांना एकनाथांविषयी काहीही समजले नाही.

एके दिवशी यात्रेदरम्यान त्यांना कुणीतरी सांगितले, की 'जनार्दन स्वामींकडे एकनाथ नावाचा शिष्य असल्याचे ऐकिवात आहे.' त्या माहितीच्या आधारे पंडितांनी जनार्दन स्वामींची तत्काळ भेट घेण्याचे ठरवले. जनार्दन स्वामींची ख्याती सर्वदूर असल्यामुळे पंडित त्यांच्यापर्यंत सहजपणे पोहोचू शकले.

देवगडला जनार्दन स्वामींची भेट झाल्यानंतर अत्यंत कळकळीने पंडितांनी त्यांना

सांगितले, की 'वयाच्या बाराव्या वर्षी एकनाथ कुणालाही न सांगता घरातून निघून गेले. त्यांचे वृद्ध आजीआजोबा आजही एकनाथांच्या वाटेकडे डोळे लावून बसले आहेत.'

यावर जनार्दन स्वामींनी त्यांना आश्वस्त करून 'एकनाथांना पैठणला परत पाठवू,' असे सांगितले. तरीही चक्रपाणींच्या वतीने पंडितांनी जनार्दन स्वामींना प्रार्थना केली, 'आपण एकनाथाच्या नावे असे आज्ञापत्र द्यावे, की तीर्थयात्रेनंतर एकनाथ पैठणला परत आल्यानंतर आपल्या आजीआजोबांना सोडून पुन्हा कुठेही जाणार नाहीत. शिवाय विवाह करून आजीआजोबांबरोबरच राहतील.' भविष्याचा वेध घेणाऱ्या जनार्दन स्वामींनी या आशयाचे लिखित आज्ञापत्र पंडितांना दिले. आता आपल्या लक्षात आले असेल, की १५६०च्या दरम्यान एकनाथांच्या आयुष्यातील सगळ्या महत्त्वपूर्ण लोकांनी एकत्रित येण्याची घटना म्हणजेच जन्माष्टमी या उत्सवासंबंधी पुस्तकाच्या सुरुवातीलाख सांगितले होते, त्याचे कारण पंडितजी आणि जनार्दन स्वामींची ही भेट होती.

जनार्दन स्वामींची लिखित आज्ञा घेऊन पंडितजी पैठणला आले. एकनाथांच्या आजोबांची भेट घेऊन पंडितांनी त्यांना सांगितले, 'एकनाथ सकुशल असून देवगडला जनार्दन स्वामींच्या शरणामध्ये आहेत. त्यांच्याच आशीर्वादाने एकनाथ तीर्थयात्रेला गेले आहेत.' या आनंदवार्तेमुळे चक्रपाणींच्या डोळ्यांतून घळाघळा अश्रू वाहू लागले. चक्रपाणींना आणि त्यांच्या पत्नीलाही जगण्याची ऊर्मी वाटू लागली. एकनाथांच्या गुरूंनी आज्ञापत्र दिल्यामुळे नाथांच्या परत येण्याबाबत आजीआजोबा दोघेही निःशंक झाले. गुरूंची आज्ञा असल्यामुळे एकनाथ पैठणला येणारच या विश्वासाने त्यांना बळ दिले.

तीर्थयात्रा संपन्न करून एकनाथ पैठणला आले तेव्हा पंडितांनीच त्यांची चक्रपाणींबरोबर भेट घडवून आणली. बारा वर्षांनंतर चक्रपाणी आपल्या नातवाला बघत होते. त्यांच्यासाठी तो दिवस, तो काळ एखाद्या उत्सवासमानच होता. आता त्यांच्या वृद्ध शरीरात जगण्याचा नवा उत्साह संचारला. चक्रपाणींनी जनार्दन स्वामींचे आज्ञापत्र एकनाथांना दाखवले. आपल्या गुरूंचे हस्ताक्षर पाहताच एकनाथांनी ते पत्र मस्तकी लावले आणि अत्यंत आदराने वाचून त्यातील आज्ञेचा स्वीकार केला. गुरुआज्ञेनुसार एकनाथांनी गृहस्थाश्रमात प्रवेश केला. पत्र मिळाल्यानंतर ज्या ठिकाणी एकनाथ बसले होते, तिथेच त्यांनी आपली छोटीशी झोपडी बांधली. गिरिजाबाईंबरोबर सांसारिक जीवनाचा आरंभ करून पैठणलाच त्यांनी कायम निवास स्वीकारला.

अशा प्रकारे एकनाथ गृहस्थाश्रमीही बनले. ते संत, कवी आणि एकाग्रतेचे मुकुटमणी तर आधीपासूनच होते. या वैविध्यपूर्ण भूमिका त्यांनी एकाच वेळी निभावल्या.

■

खंड ३

संसार आणि परमार्थ

१०

एकनाथांच्या सांसारिक जीवनाचा प्रारंभ

संत तुकाराम आणि संत एकनाथ दोघांनीही प्रापंचिक जीवन जगत असतानाच परमार्थदेखील साधला.

एकनाथांच्या कुटुंबात त्यांच्या पत्नी गिरिजाबाई यांच्याव्यतिरिक्त उद्धव नावाचा त्यांचा एक शिष्यदेखील होता. याशिवाय त्यांची मुलेही होती. सुरुवातीपासूनच एकनाथांचे जीवन हे भावभावनांच्या आवेगापासून, अतिरेकापासून पूर्णपणे मुक्त होते. याचाच अर्थ ते विखुरण्यापासून मुक्त होते. लग्नानंतर त्यांना समजले, की त्यांची पत्नीदेखील मोक्षप्राप्तीची प्रार्थना करूनच त्यांच्या आयुष्यात आली होती. एकनाथ आणि गिरिजाबाई यांच्या जीवनाचे लक्ष्य हे समसमानच होते.

मनुष्याच्या प्रार्थनांनुसारच जीवनात असे घटनाक्रम घडतात ज्यातून लोक परस्परांशी जोडली जातात. जसे, डॉक्टरला पत्नीसुद्धा डॉक्टरच असावी असे वाटते. कारण ती डॉक्टर नसेल तर रात्री-अपरात्री रुग्णाकडून डॉक्टरांना बोलावणे आल्यावर पत्नी चिडेल, वैतागेल. पण, जर ती स्वत:च डॉक्टर असेल तर डॉक्टरचे काम कशा प्रकारचे असते हे तिला माहीत असते. लोकांना परस्परपूरक असाच जीवनसाथीदार हवा असतो. एकनाथांनादेखील त्यांच्या अनुरूप सहधर्मचारिणी मिळाली.

समजा, रामकृष्ण परमहंस यांच्या पत्नी शारदादेवींऐवजी अन्य कुणी असत्या तर त्यांच्या जीवनाची कथा काही वेगळीच असती. अशाच प्रकारे एकनाथांच्या पत्नी

गिरिजाबाई नसत्या तर त्यांचे आयुष्य वेगळेच घडले असते. त्यांच्या गृहस्थजीवनात या नात्याची कसोटी पाहणाऱ्या कित्येक घटना घडल्या. नाथांच्या घरी रात्री-अपरात्री पाहुणे येत. कित्येकदा कीर्तनाच्या आधीही लोक येऊन बसत. नाथांच्या नावाची कीर्ती सर्वत्र पसरली होती. त्यामुळेच कीर्तनासाठी लांबून-लांबून लोक येत आणि कित्येकदा कीर्तनानंतर त्यांच्याच घरी मुक्कामही करत. सुरुवातीला त्यांचे घर खूपच लहान होते. तरीही एकनाथ आणि गिरिजाबाई सगळ्यांच्या थांबण्याची व्यवस्था करत.

लग्नानंतर गृहस्थजीवनात असूनही एकनाथ सत्य प्रसारामध्ये सर्वाधिक वेळ देत. त्यांचे शिष्य उद्धव हे बाहेरची सगळी कार्ये सांभाळत. एकनाथांच्या पत्नी गिरिजाबाई यांनी लहान वयातच घरातील सगळ्या कार्यांची जबाबदारी घेतली होती. त्यामुळे एकनाथांना इतर कोणत्याही गोष्टीची चिंता करण्याची गरज पडली नाही. आपल्या पत्नीसमवेत राहण्यासाठी आणि सत्संगासाठी त्यांनी एक छोटीशी झोपडी बनवली. सत्संगात येणाऱ्यांची संख्या हळूहळू वाढत गेली. त्यामुळे एकनाथांना आपल्या झोपडीचा आकारही वाढवावा लागला. अशा प्रकारे सत्संगासाठी आणि कीर्तनासाठी तिथे खूप मोठा परिसर निर्माण झाला. त्या ठिकाणी लोक दूरवरून येत आणि कीर्तनामध्ये तल्लीन होत, दर्शन घेत, आत्मदर्शन घेत आणि त्या भावामध्ये आनंदित होऊन त्यांचा प्रवास आपोआपच विकारमुक्त होण्याच्या दिशेने सुरू होई. अशा प्रकारे हेतूने लोक सत्संगात येत, तो उद्देश पूर्ण होत असे.

गिरिजाबाईंनी आपल्या पतीच्या आजीआजोबांचीही सेवा सर्वार्थाने केली. चक्रपाणी आणि त्यांच्या पत्नी जिवंत असेपर्यंत गिरिजाबाईंनी त्यांच्या इच्छेनुसारच सगळी कार्ये करून त्यांची सेवा केली. एकनाथांच्या विवाहानंतर काही वर्षांनी त्यांच्या आजीआजोबांचे निधन झाले. त्यानंतर घराची संपूर्ण जबाबदारी गिरिजाबाईंवरच येऊन पडली. त्या शीलवान, शांत आणि प्रेमळ स्वभावाच्या होत्या. परोपरकारात तसेच लहान मुलांशी, वृद्धांशी त्या एकनाथांइतकेच प्रेमपूर्वक वागत. घरी आलेल्या अतिथीने कधीही रिकाम्या हाताने जाऊ नये अशी एकनाथांची इच्छा असे. गिरिजाबाई नेहमीच आपल्या पतीच्या इच्छेचा मान राखत. दारी येणाऱ्या अतिथींसाठी रात्री-अपरात्री चूल पेटवून, स्वयंपाक बनवून, भुकेल्यांना जेवू घालण्याचा त्यांनी कधीही कंटाळा केला नाही.

घरातील सगळी कामे सांभाळून गिरिजाबाई हरिकीर्तनात मग्न राहत. अशा प्रकारे एकनाथांचा प्रपंच आणि परमार्थ एकरूप होण्यात गिरिजाबाईंचे मोलाचे योगदान होते. एकनाथ म्हणत, 'भोजनाच्या वेळी अतिथी, पती आणि पुत्र हे जिच्या नजरेत समान आहेत, जिच्या मनाला धनाचा मोह स्पर्शही करत नाही त्या स्त्रीला परमार्थाचा अधिकार

आहे.' गिरिजाबाईंच्या गुणांमुळेच एकनाथांच्या वैवाहिक जीवनात आनंद अखंड राहिला. परमार्थाच्या मार्गावर चालणाऱ्या कित्येक साधूंनी आपल्या घरादाराचा त्याग केला. तर ज्या साधूंनी विवाह केला त्यांचे वैवाहिक जीवन सुखाचे नव्हते. पण एकनाथांचे वैवाहिक जीवन हे त्या काळात सर्वांसाठी आदर्शवत असेच होते.

■

११

एकनाथांच्या कुटुंबातील ऐक्य आणि सामंजस्य

एक अत्यंत आनंदी, समाधानी, सर्व प्रकारच्या सुखसुविधांमध्ये जगणारे असे कुटुंब होते. कालांतराने त्या घरातील परिस्थिती खूपच खालावली आणि बघता-बघता सगळ्या सुखसुविधा, संपत्ती नाहीशी झाली. पुढे तर त्या घरातील लोकही बेघर झाले. मग त्या सगळ्यांना घेऊन त्या कुटुंबाचा प्रमुख जंगलामध्ये गेला. सात-आठ घनदाट झाडांच्या सावलीत त्याला एक रिकामी जागा दिसली. त्या जागेकडे बोट दाखवून कुटुंबप्रमुखाने आपल्या मुलांना सांगितले, 'चला, घराची साफसफाई करा.' ते ऐकताच मुले ताबडतोब कामाला लागली. नंतर त्याने आपल्या पत्नीला सांगितले, 'तू गृहप्रवेशाची तयारी कर.' हे ऐकून त्याची पत्नीही त्या तयारीला लागली. मात्र, त्यांच्यापैकी कुणीही कुटुंबप्रमुखाला एकही प्रश्न विचारला नाही. कुटुंबातील सदस्यांची परस्परांविषयी समज कशी असावी, हे यातून समजते.

त्यानंतर कुटुंबप्रमुखाने घरातील इतर सदस्यांना आणखी काही कामं सांगितली. कुणाला फळे आणायला तर कुणाला लाकडे आणायला पाठवले तर कुणाला चूल पेटवायला सांगितले. सगळे जण आपापली कामे तत्परतेने करत होती. त्यांच्या हालचालींतून त्यांच्या बाबतीत काही अप्रिय घटना घडलीच नसावी, असे वाटत होते.

सात-आठ झाडांच्या गर्द सावलीतील एका झाडावर एक डाकीण राहत होती. त्या कुटुंबाला बघितल्यानंतर आता आपली खाण्यापिण्याची चंगळ होणार या विचाराने आधी ती खूप आनंदली. पण कुटुंबप्रमुखाचे बोलणे ऐकल्यानंतर तिला वाटते, की या लोकांकडे ना घर, ना काही सामान. तरीही हे लोक घराची स्वच्छता आणि गृहप्रवेश याबद्दल का बोलत आहेत? मग तिला, 'कुठे हे लोक मला पळवून लावण्याची तयारी तर करत नाहीत ना,' अशी शंका आली.

त्या विचारासरशी डाकीण घाबरली आणि त्या कुटुंबप्रमुखाच्या पायावर पडून गयावाया करू लागली, ''तुम्ही मला पळवून लावू नका. तुम्ही म्हणत असाल तर लोकांकडून मी लुबाडलेले सगळं धन तुम्हांला द्यायला तयार आहे.'' तिची दीनवाणी विनंती ऐकल्यानंतर त्या डाकिणीचा गैरसमज का आणि कसा झाला, हे कुटुंबप्रमुखाच्या लक्षात आले. त्या कुटुंबाचे सांघिक ऐक्य पाहून ते लोक तिला पळवून लावणार असा डाकिणीचा गैरसमज झाला होता. या विचाराने भयभीत होऊन आपल्याकडील सगळी मालमत्ता तिने त्या कुटुंबाला दिली आणि पुन्हा एकदा तो परिवार समृद्ध झाला.

कुटुंबातील सदस्यांत ऐक्य आणि परस्पर सामंजस्य असते त्या वेळी त्यांच्या शत्रूंची अवस्था कशी होते, हे या गोष्टीतून पाहायला मिळते. कुटुंबातील सदस्यांनी परस्परांवर भरोसा ठेवला, त्यांच्यात प्रेम आणि आदरभाव असेल, तर प्रतिकूल परिस्थितीदेखील किती सहजपणे बदलते, हा संदेश गोष्टीतून मिळतो.

या कुटुंबाबाबत जंगलात जे काही घडत होते, ते अदृश्यात होत होते. प्रत्यक्षात झाडावर एक डाकीण असून ती आपले बोलणे ऐकत आहे, हे त्यांना ठाऊकही नव्हते. त्या डाकिणीने त्यांची परिस्थिती बघितली. पण बेघर आणि इतक्या वाईट अवस्थेतही कुटुंबातील सदस्यांना एकमेकांविषयी कोणतीही तक्रार नव्हती किंवा ते परस्परांना दोषीही ठरवत नव्हते. तर कुटुंबप्रमुखाचे सगळे बोलणे शांतपणे ऐकून त्यानुसार वागत होते, हे पाहून तिला आश्चर्य वाटले.

त्या कुटुंबातील सदस्यांचा दृष्टिकोण प्रतिकूल परिस्थितीतही स्वतःकडून सर्वश्रेष्ठ देण्याचा होता. ते असा विचार करत नव्हते, की 'एकाच दिवसात आपल्याला राहण्यासाठी एक बंगला उभा करायचा आहे.' ते तर हाती आलेले काम उत्तमरीत्या पूर्ण करण्याच्या प्रयत्नात होते. संत एकनाथांचे कुटुंबही अशाच विचारांचे होते.

एकदा एकनाथांच्या घरी अपरात्री पाहुणे आले. एकनाथांनी आपल्या पत्नीला गिरिजाबाईंना पाहुण्यांसाठी स्वयंपाक तयार करायला सांगितला. त्या वेळी चूल पेटवायला घरात लाकूड शिल्लक नव्हते. तरीही त्यांची पत्नी कोणतीही तक्रार न करता स्वयंपाकाला लागली. यावरून लक्षात घ्या, की एखादे कार्य आपण करणार असतो त्या वेळी हे सगळे कसे होणार... सगळी तयारी कुठून होणार... याची काळजी आपण करायची नसते. कारण शुद्ध मनाने सुरुवात केलेल्या कार्यांत शेवटी सगळे काही चांगलेच घडते.

मात्र, अधिकाधिक लोकांना ही कला अवगत नसते. त्यांना वाटते, 'अगोदर मला काम समजायला हवे, मग मी सुरुवात करेन.' लोकांसमोर मोठमोठी कार्ये येतात; पण कामांना प्रत्यक्ष सुरुवात करण्याऐवजी, 'आधी मला संपूर्ण काम समजावून सांगा. त्यानंतर मी ते हातात घेईन.' अशी अट ते घालतात. असे लोक संपूर्ण आठवडा काम समजून घेण्यातच घालवतात. समजा त्यांना विचारले, 'किती काम झाले?' तर त्यांचे उत्तर असते, 'मी तर अद्याप कामाला सुरुवात केलेलीच नाही.' याचे कारण विचारल्यावर ते सांगतील, 'मला न समजलेल्या दोन-चार गोष्टी अजूनही आहेत. एकदा का त्या समजल्या, की मग मी कामाला सुरुवात करेन.'

असे लोक आयुष्याच्या बाबतीतही काहीसे असेच बोलतात. 'आयुष्य कसे जगायचे हे अजूनही मला स्पष्ट झालेले नाही. जीवनाविषयीचे कित्येक प्रश्न आजही अनुत्तरित आहेत. त्यांची उत्तरे माझ्यासमोर स्पष्टपणे येत नाहीत तोपर्यंत मी चिंतामुक्त आयुष्य जगायला सुरुवात करू शकत नाही.' अशा वेळी कुणीतरी त्यांना सांगायला हवे, 'बाबा रे, एकदा तू जीवन जगायला सुरुवात तर कर, बाकीचे आपोआप घडत जाईल.'

तेजसंसारी* कुटुंब यापेक्षा पूर्णपणे वेगळी असतात. अशा कुटुंबात कोणतेही काम हाती घेताना प्रत्येकाचा विचार एकच असतो, 'चला कार्यारंभ करू या!' अशा कुटुंबामध्ये कुणीही एकमेकांकडे बोट दाखवत नाही आणि 'असे कसे घडले? तू तर फक्त बोलतोस, भोगावे आम्हांला लागते.' यासारखे बोलही लावत नाही. थोडक्यात, तेजसंसारी घरांतील सदस्यांचा परस्परांशी उत्तम ताळमेळ असतो.

तर, एकनाथांच्या घरी पाहुणे आले होते आणि चुलीसाठी लाकूडही उपलब्ध नव्हते. त्या वेळी एकनाथांनी चौपाई मोकळी केली आणि तिचे चारही पाय काढून पत्नीला दिले. ते म्हणाले, 'हे जाळून अन्न शिजवा.' त्यांच्या पत्नीनेही, 'हे काय केले... चौपाई का तोडली' असे कोणतेही प्रश्न न विचारता एकनाथांच्या सांगण्यानुसार चौपाईचे चारही पाय

---

* सांसारिक आणि संन्यास जीवनादरम्यान संतुलन स्थापित करणाऱ्याला तेजसंसारी म्हणतात.

चुलीत टाकले आणि थोड्याच वेळात पाहुण्यांसाठी स्वयंपाक बनवला.

आजच्या काळात जर एखाद्याच्या घरी अवेळी पाहुणे आले तर घरातील लोकांमध्ये एकमेकांत कुजबूज सुरू होते, 'अरे! यांना तर वेळेचे काही भानच नाही. चेहऱ्यावरून तर समजूतदार वाटतात. पण वागण्याची अजिबातच अक्कल नाही. कोणताही विचार न करता येऊन धडकतात....' येणाऱ्या पाहुण्यांचे ते यथायोग्य आदरातिथ्य करत असले तरीही त्याच्याविषयी मनात नाराजीचा सूर असतोच. अशा प्रकारच्या कोणत्याही नकारात्मक विचारांत एकनाथ किंवा त्यांची पत्नी कधीही गुरफटले नाहीत. त्यामुळेच त्यांचे जीवन अत्यंत सात्त्विक होते. त्यांच्या मनात इतरांविषयी क्षणभरही वाईट भावना आली नाही.

निसर्ग मनुष्याला भरभरून देतो हे आपल्याला ठाऊक असेलच. त्याच न्यायाने कोणत्याही चांगल्या कार्याला सुरुवात करताना ते कसे होईल, पूर्ण होईल का, त्यासाठी आवश्यक ती मदत मिळेल की नाही, अशा कोणत्याही शंका मनात न ठेवता प्रत्यक्षात फक्त कार्याला सुरुवात करा. आपल्या लक्षात येईल, की त्यासाठी आवश्यक असणाऱ्या प्रत्येक गोष्टीची तरतूद ही आपसूक होऊ लागलीय. 'एक गोष्ट गेली की ती रिक्तता दुसरी गोष्ट लगेच भरून काढते' हा निसर्गाचा नियमच आहे. इथे सर्व काही प्रवाही..., न थांबणारे आहे. त्यामुळेच वर्तमानात राहून, जगून त्याचा भरपूर विनियोग घ्या. वर्तमानकाळ पूर्णतः खर्च करा. मग येणारा क्षण स्वतःची काळजी स्वतःच घेईल.

■

१२

एकनाथ महाराजांचा सत्संग

संत एकनाथांकडे दररोज कीर्तन आणि सत्संग होत असत. लोकांनी स्थिर व्हावे, विश्रांत व्हावे, नामस्मरणाचे महत्त्व समजून घ्यावे आणि त्यांच्या आयुष्यात या ज्ञानाने प्रवेश करावा, हा हेतू यामागे असे. अन्यथा, लोक सत्संगाला तर जातात; पण तिथून बाहेर आल्यानंतर बाह्य गोष्टींकडे आकर्षित होऊन पुन्हा त्यामध्येच गुंततात. पण जर का आतमध्ये स्मरण, जप सुरू असेल तर मनुष्य ज्या मायाकर्षणाच्या गोष्टींमध्ये अडकलेला असतो त्यातून तो बाहेरही पडू शकतो.

संत एकनाथांच्या सत्संगात 'भजनी भारूड' नावाचे वेगळ्या प्रकारचे भजनही गायले जाई. मनोरंजनाबरोबरच सत्याकडेही संकेत करणारा असा हा भजन प्रकार आहे. थोडक्यात, हसतखेळत लोकांना सत्य, खरी गोष्ट समजावता येते. आजकाल जसे इंटरनेटवर काही व्हिडिओ व्हायरल होतात, तशाच प्रकारे काही भजने अशी असतात, जी बहुश्रुत म्हणजेच कित्येकदा ऐकली जातात.

संत एकनाथांच्या कीर्तनातही सातत्याने ऐकत राहावीशी वाटणारी काही भजने होती. अशा भजनांतून मनोरंजन नक्कीच होते. पण त्यांचा मुख्य उद्देश, त्यात असणारे खरे संकेत हे त्यासाठी पात्र असणाऱ्या लोकांनाच समजू शकतात. ज्ञानग्रहणासाठी जो पात्र, लायक असेल तो नक्कीच मनोरंजनात अडकणार नाही; तर भजनाद्वारे लाभ घेईल. संत एकनाथांच्या कीर्तनात अशा रचनांचीदेखील निर्मिती घडू लागली आणि यासाठी

आवश्यक असे वातावरणही हळूहळू तयार होऊ लागले. ज्ञानाची परिभाषा एकनाथांनी सर्वसामान्यांसाठी साधी सोपी केली. अन्यथा, उच्चतम ज्ञानाच्या गोष्टी सामान्य माणसाला समजण्यासाठी कठीण जातात. त्यामुळेच संतमहात्म्यांनी गोष्टी, कथा, रूपके, भारुडे, भजने, कीर्तने, आख्याने, श्लोक इत्यादींच्या माध्यमांतून सगळ्यांनाच समजेल अशा प्रकारे निराकाराचे दर्शन, ज्ञान मांडले आहे. एकनाथांनीदेखील याच कारणामुळे सर्वसामान्यांसाठी या अनमोल ज्ञानाला साध्या, सोप्या भाषेचा, खुसखूशीत हास्याचा मुलामा लावला.

एकनाथांच्या सत्संगात 'रुक्मिणी स्वयंवर'चा किस्सा ऐकवला जाई. रुक्मिणीचे स्वयंवर कृष्णाबरोबर कसे होणार आहे... त्या वेळी रुक्मिणी कोणता विचार करते... आणि कृष्णाची अवस्था काय आहे... याचे जिवंत वर्णन यामध्ये आहे. हे वर्णन लोक आवडीने ऐकत. कारण यामध्ये हास्य आणि आनंद आहे. शिवाय रुक्मिणीचे प्रेमाचे आणि भक्तीचे बोल ऐकत असतानाच एकनाथांकडून आध्यात्मिक ज्ञानही मिळे. परंतु आपल्याला मनोरंजनासोबतच उपदेशही दिला जात आहे, हे लोकांना समजतही नसे. या गोष्टींच्या माध्यमातून ज्ञान आणि समज लोकांच्या मनमस्तिष्कापर्यंत घेऊन जाण्याचा एक मार्गच तयार होत होता.

अशा प्रकारे एकनाथांनी आयुष्यभर जे कार्य केले त्याला आवश्यकतेनुसार नावीन्याची जोडही दिली. त्यामुळेच त्याचा लाभ सामान्य लोकांना घेता आला. 'धार्मिक वाङ्मयाचा मराठी भाषेमधील अनुवाद' हे त्यांचे प्रमुख कार्य म्हणता येईल. त्यामुळेच केवळ मराठी भाषा जाणणाऱ्या लोकांसाठी ते ज्ञान सुलभ झाले. एकनाथ कीर्तनानंतर ललित कलांचेही आयोजन करत. त्या वेळी ते स्वतःच कित्येकदा एकपात्री किंवा बहुरूपी अभिनय सादर करत. लोकांनी भागवतातील ज्ञान आणि त्याचे महत्त्वही जाणून घ्यावे हीच यामागील एकनाथांची कळकळ होती.

श्रेयासक्तीशिवाय जगण्याची पद्धत

एकनाथ कोणत्याही कार्याचे श्रेय स्वतः घेत नसत. तर, 'गुरूंच्या पराक्रमाला आणि लोकांच्या सहयोगाला' ते सर्व काही समर्पित करत. या दृष्टीने एकनाथ आणि स्वामी विवेकानंद हे एकसारखे शिष्य म्हणता येतील. प्रत्यक्षात त्यांचे गुरू वेगवेगळे होते. विवेकानंदांचे गुरू रामकृष्ण परमहंस तर एकनाथांचे गुरू जनार्दन स्वामी होते. पण विवेकानंदांनी आपल्या आयुष्यात जे काही केले, त्याचे श्रेय एकनाथांसारखेच स्वतःकडे कधीही घेतले नाही.

स्वामी विवेकानंदांनी धर्मप्रवर्तकांना, त्याचा प्रसार करणाऱ्यांना सांगितले, की

'जो धर्माचा प्रसार करतो, जो शिक्षक आहे, तो स्वतःला अनेक भागांमध्ये विभागून विद्यार्थ्यांच्या सेल्फला आपला सेल्फ जोडू शकतो. खरा शिक्षक आपल्या विद्यार्थ्यांच्या नजरेतून पाहून आणि त्याच्या कानांनी ऐकून विद्यार्थ्यांचा स्तर कोणता आहे, हे ओळखतो.' आपल्या इथे कीर्तनासाठी येणाऱ्या लोकांच्या नजरेतून पाहण्याची, त्यांच्या कानांनी ऐकण्याची गरज आहे, ही बाब एकनाथांनादेखील ठाऊक होती. आणखी एक गोष्ट त्यांना पूर्णपणे ठाऊक होती. ती म्हणजे, एखादा मनुष्य कुणाकडे काही समजून घेण्यासाठी जातो, त्या वेळी समोरच्या मनुष्याला त्याने शिक्षकाचा दर्जा दिलेला असतो. म्हणून खरा शिक्षक तोच जो जिज्ञासूंच्या मनात शिरून त्यांची अवस्था ओळखू शकतो. ज्या शिक्षकाला ही बाब जमते केवळ त्यालाच हे कार्य संभवते, अन्य कुणालाही नाही.

स्वामी विवेकानंदांनी आपल्या शिष्यांसमोर हा आदर्श ठेवला होता, 'कोणतेही कार्य हाती घेण्याअगोदर तुमची तयारी संपूर्णपणे झालेली हवी.' याचप्रमाणे जनार्दन स्वामींनीदेखील एकनाथ महाराजांकडून पूर्ण तयारी करवून घेतली होती. ज्ञानदानाच्या या दिव्य परंपरेत, आपल्या शिष्याच्या सेल्फला आपला सेल्फ जोडून, त्याच्या कानांनी ऐकून, त्याच्या नजरेतून पाहून, त्याचे मन समजूनच त्याला ज्ञान द्यायला हवे; तेव्हाच अशा व्यवस्था, अशा रचना निर्माण होतील ज्याचा लोकांना तेजलाभ आणि आनंद मिळेल.

सांसारिक जीवनाबरोबरच पारमार्थिक मार्गही एकनाथांनी कायम ठेवला. संसार आणि परमार्थ यांच्या दरम्यान त्यांनी साधलेला ताळमेळ हा प्रत्येक सत्यपिपासूला प्रेरणादायक असाच आहे. सांसारिक जीवन जगताना आणि सगळ्या समस्यांना धैर्याने सामोरे जातानाही आपण सत्य प्राप्त करू शकतो, ही समज संत एकनाथांच्या जीवनाद्वारे आपल्याला मिळते.

'निंदकाचे घर असावे शेजारी' असे संत तुकारामांनी सांगितले आहे. प्रत्यक्षात शेजारी नसले, तरीही प्रत्येक संताच्या किंवा महापुरुषाच्या आयुष्यात त्यांच्या कार्याचा अस्वीकार करणारे लोक असतातच. अशा स्वघोषित ज्ञानी माणसांनी स्वतःला सिद्ध करण्यासाठी आपल्या काळातील संतांच्या किंवा महापुरुषांच्या जीवनात नेहमीच अडचणी निर्माण केल्या. संत एकनाथांच्या आयुष्यातही असे कित्येक लाभ होते. तरीही एकनाथांच्या मनात त्यांच्याविषयी कोणतीही अढी, तक्रार आली नाही. तर, त्रास देणाऱ्यांना समजून घेऊन एकनाथांनी प्रेमभावनेचाच प्रतिसाद दिला. यासंबंधी विस्ताराने पुढील अध्यायातून जाणून घेऊ या.

■

१३

एकनाथांची 'मुक्त प्रतिसाद' अवस्था

एके दिवशी एकनाथांच्या घरी एक ब्राह्मण आला. घरात प्रवेश करताच तो विचित्रपणे वागू लागला. 'सदैव शांत असणाऱ्या एकनाथांना आज रागवण्यासाठी मी नक्कीच भाग पाडणार' या जिद्दीने त्यांच्या घरात तो घुसला. घरात शिरताच कुणालाही काहीही न विचारता, हातपाय न धुता तो सरळ नाथांच्या देवघरात गेला. एकनाथांची देवपूजा सुरू होती. तो ब्राह्मण एकनाथांच्या आसनापासून थोड्या अंतरावर नव्हे, तर थेट त्यांच्या मांडीवर जाऊन बसला. या कृतीमुळे एकनाथ आता नक्कीच क्रोधित होणार, असे त्याला वाटले. पण हे सगळे पाहूनही एकनाथ शांत राहिले. अत्यंत मृदू स्वरात त्या ब्राह्मणाला म्हणाले, "आपल्या दर्शनामुळे मला खूप आनंद झाला. मला भेटण्यासाठी भरपूर लोक येतात. पण आपलं हे प्रेम काही निराळंच आहे." त्यांच्या अशा बोलण्यामुळे त्या ब्राह्मणाचा पहिला वार वाया गेला. त्याने दुसरा प्रयत्न करण्याचे ठरवले.

भोजनाची वेळ झाल्यानंतर एकनाथांनी त्या ब्राह्मणाला भोजनासाठी बोलावले. 'येतो' असे तो म्हणाला; पण पानावर बसण्याची टाळाटाळ करू लागला. विनाकारण घरामध्ये इकडून तिकडे फिरत राहिला. शेवटी एकदाचा कसाबसा पानावर बसला. पण कहर म्हणजे, गिरिजाबाई स्वयंपाक वाढण्यासाठी खाली वाकल्यावर त्यांच्या पाठीवर तो उडी मारून बसला. आता विचार करा, असा परका मनुष्य कुणाच्या पत्नीच्या पाठीवर मुद्दाम बसला तर त्या माणसाला किती राग येईल? पण एकनाथांनी क्रोधित होऊन नाही

तर काळजीच्या स्वरात आपल्या पत्नीला सांगितले, ''जरा बाळाला सांभाळा, पडणार नाही ना हे पाहा.'' ते ऐकून गिरिजाबाईदेखील म्हणाल्या, ''आपण काळजी करू नका. मला मुलांना सांभाळण्याचा अनुभव आहे.'' त्या दोघांचा हा परस्पर प्रतिसाद पाहून तो ब्राह्मण स्तब्धच झाला. खजिल होऊन त्याने एकनाथांची माफी मागितली आणि त्यांच्या घरी येण्याचे खरे कारणही सांगितले.

तो ब्राह्मण शेजारच्या गावात राहत होता. त्याला पैशाची अतिशय गरज होती. पण त्याच्या गावात कुणीही त्याची नड भागवू शकले नाही. त्यामुळे त्याला आवश्यक ती रक्कम जमा करण्यासाठी गावाबाहेर पडावे लागले. चालत-चालत तो पैठणला येऊन पोहोचला. तिथे त्याला काही लोक भेटले. त्यांनी त्या ब्राह्मणाला पैशाची मदत करण्याचे वचन दिले. पण एक अट घातली. ती म्हणजे, एकनाथ महाराजांना क्रोधित करून दाखवायचे. प्रत्यक्षात ते लोक नाथांचे निंदक होते. त्यांची अट मान्य करून तो एकनाथांच्या घरी आला होता.

त्या ब्राह्मणाला त्याच्या वागण्याचा पश्चात्ताप झाला. एकनाथांची माफी मागताना तो म्हणाला, ''पैशांसाठी मी इतका नीच वागलो याची मला लाज वाटत आहे. एखाद्याला रागवायला भाग पाडणं खूप सोपं आहे असं मला वाटत होतं. म्हणूनच तुमच्या घरी येऊन, उलटंसुलटं वागून, तुम्हांला रागवायला भाग पाडून त्या लोकांकडून पैसे घेऊन माझ्या गावी परत जाईन असं मला वाटलं होतं. पण आपल्याला तर राग आलाच नाही.'' हे ऐकल्यावर एकनाथ महाराज कनवाळूपणाने म्हणाले, ''असं जर होतं तर मला आधीच सांगायचं. मी रागावलो असतो.''

किती सहजतेने नाथांच्या तोंडून हे उद्गार बाहेर पडले बघा! याचे कारण जो सर्वार्थाने मुक्त आहे, त्याचा रागदेखील मुक्त असतो. त्याला राग आणायचा असेल, दाखवायचा असेल किंवा अन्य कोणत्याही भावना व्यक्त करायच्या असतील तर तो आपली आंतरिक आनंद कायम ठेवून ते सर्व करू शकतो. जो स्वतः मुक्त आहे, त्याच्यासाठी जे काही आणायचे आहे, पाठवायचे आहे, अशा गोष्टींची जशी आवश्यकता आहे त्यानुसार सर्व काही मुक्त अवस्थेतून घडत असते. जसे, महाभारतातील युद्धात श्रीकृष्णानी आवश्यकतेनुसार योगदान दिले. अर्जुनाची आपल्या सगेसोयऱ्यांविरुद्ध लढण्याची तयारी नाही हे त्यांनी बघितले. त्यामुळे अर्जुनाला कर्माचे महत्त्व समजावून सांगण्याची आवश्यकता आहे हे जाणून त्यांनी अर्जुनाला गीतेचे ज्ञान दिले.

एकनाथांनीदेखील उचित कर्मच केले. त्या ब्राह्मणाची हकिकत समजल्यानंतर एकनाथांनीच त्याच्या आवश्यकतेनुसार त्याला धन दिले. अशा प्रकारच्या कथांमधून

आपल्याला समजते, की सांसारिक जीवनातही मनुष्याला आनंद, प्रेम, भक्ती आणि मौनासह जगणे शक्य आहे. पण प्रत्यक्षात तो म्हणतो, 'माझ्यावर खूप जबाबदाऱ्या आहेत... अशा प्रकारे जगणे मला शक्य नाही... हे तर केवळ डोंगरदऱ्यांत राहणाऱ्या संन्यासी लोकांनाच जमणारे आहे.' परंतु डोंगरदऱ्यांत, उंच पहाडांवर जाऊनही संन्यासाचा अहंकार विलीन झाला नसेल तर स्वतःला वेगळा 'मी' समजणारा त्याचा अहंकराच बोलेल. मग सांसारिक लोकांपेक्षाही त्याची अवस्था अत्यंत वाईट असेल. आणि अहंकारच बोलत असेल तर मग तो पर्वतावर राहो अथवा इतर कुठेही, केवळ तक्रारीच करेल.

■

१४

एकनाथांद्वारे पितृपक्षाची पूजा

पितृपक्षात आपल्या पितरांसाठी, पूर्वजांसाठी लोक पूजा करतात. यामध्ये कर्मकांडाच्या रूपात ब्राह्मणांना आणि पंडितांना जेवू घालतात. एकनाथांनीदेखील आपल्या स्वर्गवासी पित्यासाठी पितृपक्षामध्ये पूजा ठेवली आणि काही पंडितांना प्रसादासाठी बोलावले. गिरिजाबाईंनी नैवेद्याचा स्वयंपाक तयार केला. त्या अन्नाचा घमघमाट सगळीकडे पसरला होता. नाथांच्या घरावरून काही निम्न जातीचे लोक चालले होते. त्या सुवासाने त्यांची भूक चाळवून ती एकमेकांना म्हणाली, ''किती छान सुगंध येत आहे! आपल्यालादेखील हे अन्न खायला मिळालं असतं तर...!''

त्यांचे हे बोलणे एकनाथांच्या कानी पडले. त्यांनी ताबडतोब त्या सर्वांना आपल्या घरी भोजनासाठी आमंत्रित केले. एकनाथ पत्नीला म्हणाले, ''आपण ब्राह्मणांच्या आणि पंडितांच्या अगोदर या लोकांना जेवायला वाढू.'' यावर त्यांची पत्नी म्हणाली, ''हो वाढू या! यांनाच नाही, तर यांच्या मुलाबाळांनादेखील जेवायला देऊ. त्यामुळे सगळेच संतुष्ट होतील.'' पत्नीचे हे बोलणे ऐकून एकनाथांनी त्या लोकांना आपापल्या कुटुंबातील लोकांनाही बोलवायला सांगितले. अशा प्रकारे नाथांच्या घरी सगळी भुकेली माणसे गोळा झाली. पोटभर जेवली आणि तृप्त होऊनच तिथून गेली.

त्यानंतर एकनाथांनी आपल्या पत्नीला सांगितले, ''आता सगळी भांडी धुऊन घेऊन ताजं अन्न शिजवा.'' त्यांची पत्नी पुन्हा स्वयंपाकाला लागली. थोड्या वेळानंतर

पितृपक्षाच्या भोजनासाठी बोलावलेले पंडित, ब्राह्मण तिथे हजर झाले. त्यांच्या आधीच नाथांच्या घरी निम्न जातीचे लोक येऊन जेवून गेल्याचे त्यांना समजले. त्यामुळे त्यांनी एकनाथांच्या घरी भोजनाला नकार दिला. यावर एकनाथांनी त्यांना समजावले, ''ज्या पदार्थांचा दरवळही आपल्यासाठी दूषित बनला आहे, असे अन्न आपल्याला खायला लागू नये यासाठी माझ्या पत्नीने संपूर्ण स्वयंपाक पुन्हा एकदा नव्याने बनवला आहे.'' तरीही, त्या पंडितांनी एकनाथांच्या विनंतीकडे दुर्लक्ष केले. एकनाथांनी निम्न जातीच्या लोकांना जेवू घातल्याने त्यांची पितृपक्षाची पूजा दूषित झाली, असे सांगून ते सगळे तिथून निघून गेले. तरीदेखील एकनाथांनी सगळी कर्मकांडे, पूजाविधी यथासांग पूर्ण केले.

या घटनेचे साक्षीदार असणाऱ्या लोकांनी, एकनाथांनी केलेली पितृपक्षाची पूजा सफल झाल्याचे अनुभवले. त्या पूजेनंतर एकनाथांचे पणजोबा, पणजी, आजोबा, म ाता, पिता असे सगळेच जणू काही तिथे उपस्थित आहेत, असे लोकांना वाटले. अशा प्रकारची ही पूजा त्या काळातील लोकांसाठी विशेष उदाहरण ठरली. 'ईश्वरापर्यंत आपली प्रार्थना बिना एजंट म्हणजेच कोणत्याही मध्यस्थीशिवाय पोहोचवता येते' ही महत्त्वाची बाब त्यांना समजली.

इथे एक गोष्ट समजून घेण्यासारखी आहे. कर्मबंधने समाप्त करण्यासाठी आपण क्षमासाधना करतो त्या वेळी आपण आपोआपच वेगळ्या भावनेमध्ये जातो. अशाच प्रकारे समोरच्या मनुष्याने एखाद्या चुकीसाठी आपल्याला माफ केले तर तेव्हाही भावना निराळीच असते. एकनाथांच्या घरी आलेल्या लोकांनादेखील अशाच प्रकारच्या भिन्न भावनेची अनुभूती घडली. पंडितांच्या अनुपस्थितीतही पितृपक्षाची पूजा संपन्न झाली.

'मध्यस्थाशिवायदेखील पूजा होऊ शकते' ही ठळक बाब या उदाहरणातून लोकांसमोर आली. अन्यथा लोक तीर्थक्षेत्री, इतर धार्मिक स्थळी भेटी देतात. त्या वेळी ते ईश्वराच्या एजंटमार्फत म्हणजे कर्मकांडे करणाऱ्या लोकांतर्फे आपली प्रार्थना, गाऱ्हाणे ईश्वरापर्यंत पोहोचवण्याचा प्रयत्न करतात. अशी माणसे श्रद्धाळूंना पर्याय देतात, 'पाचशे रूपयांपासून पाच हजारांपर्यंत पूजा होतात. आपल्याला कोणती करायची आहे?' खरे तर ते लोकांना ब्लॅकमेल करतात. ज्यामुळे काही विशिष्ट हेतूंनी लोक पूजा करत असतील तर त्यांनी महागातील महाग रकमेची पूजा निवडावी. हे एजंट असेही सल्ले देतात, की मोठी म्हणजेच महागडी पूजा केली तर आपले म्हणणे पितरांपर्यंत आणि ईश्वरापर्यंत नक्की पोहोचेल. पण पितरांना खाण्यापिण्याची आवश्यकताच नसते, हे सत्य आहे.

समजा, एखाद्याने आपल्याला भेटवस्तू दिली तर ती किती महाग आहे हे महत्त्वाचे नसते; तर आपली आवड लक्षात ठेवून त्या माणसाने त्यानुसार आपल्याला काही

देण्याचा प्रयत्न केला ही बाब महत्त्वपूर्ण असते. या प्रयत्नामागे त्याचा जो प्रेमभाव आहे त्याचे महत्त्व सर्वाधिक ठरते. पितरांना जेवू घालण्याच्या बाबतीतदेखील असेच आहे. आपण काय आणि किती जेवू घालतो याऐवजी आपण पितरांसाठी जो प्रयास–प्रयत्न करता ते महत्त्वाचे ठरते. कारण प्रेम हे अन्नात किंवा खाण्यात नसते. पण आपण एखाद्याचे प्रेमाने स्मरण करता, शब्दांतून बोलता, क्षमा मागता त्या वेळी आपले हे सगळे प्रयत्न त्यांना आवडतात, अन्न नाही.

लोकांनी स्वतःच्या हातांनी ग्रिटिंग कार्ड बनवून भेट दिले तर काहींना ते खूप आवडते. कारण त्यामागे त्या माणसाचा प्रयत्न दडलेला असतो. याउलट बाजारातून विकत आणलेले ग्रिटिंग कार्ड दिले तर त्यांना ते विशेष आवडत नाही. कारण त्यामागे फारसे प्रयत्न नसतात. यासाठीच महत्त्व आहे ते प्रयत्नांचे, प्रयासाचे. आपण त्यासाठी दिलेला वेळ महत्त्वाचा ठरतो. आपण स्थिरपणे बसून वेळ देतो, क्षमा प्रार्थना करून कर्मांच्या रेषा समाप्त करतो आणि आपल्यापरीने प्रयत्न करतो त्या वेळी पितृपक्षदेखील सफल होतो.

अशा वेगवेगळ्या उदाहरणांतून संत एकनाथांच्या जीवनाचे विविध पैलू आपल्या लक्षात येतील.

■

१५

चोराचे हृदयपरिवर्तन

एकदा संत एकनाथांच्या घरी रात्री काही चोर घुसले. त्यांच्या घरी कीर्तन ऐकण्यासाठी आलेले बहुतेक लोक तोपर्यंत निघून गेले होते. परगावाहून आलेले काही लोक मात्र एकनाथांच्या घरीच मुक्कामाला होते. खूप रात्र झाली होती आणि सगळे गाढ झोपेत होते. ती संधी साधून चोर एकनाथांच्या घरात घुसले आणि तेथील सामान गोळा करू लागले. तितक्यात एकनाथ उठले आणि खोलीतील ईश्वराच्या मूर्तीसमोर डोळे बंद करून ध्यानस्थ बसले. सगळे सामान गोळा करून चोर घराबाहेर निघाले. दबक्या पावलांनी ते एकेक खोली ओलांडत असतानाच एका खोलीत एकनाथांना मूर्तीसमोर बसलेले त्यांनी बघितले आणि चोर घाबरले. कारण ते घरात घुसले त्या वेळी तिथे कुणीही नव्हते. तरीही ते सावकाशपणे तिथून निघून जात असतानाच एकनाथांनी डोळे उघडले.

एकनाथांनी डोळे उघडलेले पाहून चोरांची भीतीने गाळणच उडाली. आपोआप त्यांच्या हातामधील चोरीची भांडी, इतर सामान जमिनीवर पडले. ते पाहून एकनाथ उठून त्या चोरांपाशी गेले. त्यांना विचारले, "आपण कोण आहात आणि आपल्याला असे कोणते कष्ट आहेत ज्यामुळे आपण इथे आला आहात?" चोरांनी उत्तर दिले, "आम्ही इथे चोरी करण्यासाठी आलो होतो आणि ही भांडी चोरून नेत होतो." हे ऐकून एकनाथ म्हणाले, "आपण ही भांडी घेऊन जा. शिवाय इतरही सामान आहे. आपल्याला हवं असेल तर तेदेखील न्या. पण आपण घेऊन चाललेल्या सामानामध्ये काही गोष्टी इतरांच्या

आहेत. बाहेरगावाहून काही लोक कीर्तनासाठी आले होते, पण उशीर झाल्यामुळे ते इथेच थांबले. कृपा करून त्यांच्या वस्तू आपण परत द्या आणि इतर जे काही हवं असेल ते घेऊन जा.''

एखादा मनुष्य पहिल्यांदा सत्संगाला जातो आणि तिथे त्याच्या चपलेची चोरी होते. त्या वेळी तो विचार करतो, 'आता मी सत्संगाला कधी जाणारच नाही.' कीर्तनासाठी येणारे लोक एखाद्या चोरीची शिकार व्हावेत अशी एकनाथांचीदेखील इच्छा नव्हती. म्हणूनच त्यांनी चोरांना लोकांच्या चीजवस्तू सोडायला सांगितल्या. नंतर त्यांनी आपल्या बोटातील अंगठी काढून त्या चोरांपुढे धरली आणि म्हणाले, ''आपण जे सामान इथे सोडून जात आहात त्याऐवजी ही अंगठी घेऊन जा.' मात्र, एकनाथांची इतरांविषयीची कळकळ, त्यांचे तेज आणि विश्वास पाहून त्या चोरांचे हृदयपरिवर्तन झाले.

संत एकनाथांच्या आयुष्यात घडलेल्या अशा कित्येक कथा आहेत. या कथांम ागे अभिप्रेत असणारा अर्थ आपण समजून घ्यायला हवा. एकच गोष्ट प्रत्येक जण आपापल्या पद्धतीने मांडतो, फुलवतो हे कथेचे वैशिष्ट्य म्हणता येईल. जसे, काही कथाकार चमत्कृतीपूर्ण पद्धतीने कथा मांडतात, जगात अशा लोकांची कमतरता नसते.

प्रत्यक्षात कथेच्या माध्यमातून कथेतील पात्रांच्या अवस्थेचे वर्णन केले जाते. जसे, त्यांची चेतना किती उच्च कोटीची आहे, ज्यामुळे ते अशा प्रकारे निर्णय घेऊ शकले. त्यांची भक्ती काळवेळेच्या पलीकडे कशी आहे, ज्यामुळे ते मध्यरात्रीही ध्यानावस्थेमध्ये बसले. त्यांच्या या चेतनेमधून किंवा भक्तीतून काय निष्पन्न होणार आहे ही गोष्ट महत्त्वाची ठरते. जसे, दररोज ध्यान केल्यामुळे त्यामधून आपल्याला काय मिळते, याला महत्त्व असते. आपल्या चेतनेची उंची उच्च आणि कायम असेल तर आपले निर्णय योग्य सिद्ध होतात. त्यामुळेच ईश्वर जेव्हा आपल्यासाठी निर्णय घेतो तेव्हा पुढे काय घडणार याची चिंता करण्याचे कारण नसते, असे म्हटले जाते. ईश्वर जे काही करतो ते नेहमीच योग्य असते. कारण तो जे काही करतो, वास्तविक तेच करण्याची आवश्यकता असते. व्यक्ती (स्वत:ला वेगळा 'मी' मानणारा अहंकार) तर प्रत्यक्षात काहीही करत नाही. व्यक्ती एखादे काम करते त्या वेळी ते चूक की बरोबर हे ठरते. म्हणूनच ईश्वर कार्य करत असताना ते नेहमीच योग्य-अयोग्य, चूक-बरोबर यांच्या पलीकडेच असते.

संत एकनाथांनी आपल्या प्रेमळ वर्तणुकीतून त्या चोरांचादेखील उद्धार केला. पाण्यामध्ये कातळालाही छेदण्याची ताकद असते, त्याचप्रमाणे संतांच्या वर्तनामध्ये दुर्जनतेला जिंकण्याचे सामर्थ्य असते. कित्येक संतांच्या चरित्रातून या गोष्टीचे दाखले

मिळतात. दुर्जनांचे दुर्जनत्व हे दुर्जनांच्या सान्निध्यात राहिल्यानेच वाढते. पण संत सोबतीमुळे तोच दुर्जन सज्जनामध्ये परिवर्तित होतो. हीच बाब, एकनाथांच्या औदार्यामुळे त्या चोरांनी चोरी करण्याचे सोडून, सदाचारपूर्ण जीवन अंगीकारले आणि ते एकनाथांचे भक्त बनले, या अत्यंत महत्त्वपूर्ण घटनेला लागू पडते.

■

१६

शिष्यत्वाची परीक्षा

एके दिवशी एकनाथांकडे एक मनुष्य त्यांचा शिष्य बनण्याच्या हेतूने आला. त्याने एकनाथांना मंत्र देण्याची आणि ज्ञानदानाची विनंती केली. केवळ विनंती आणि अश्रूंद्वारे गुरू शिष्याची पात्रता ओळखत नाहीत. गुरूंना ठाऊक असते, की सत्यप्राप्तीसाठी व्याकूळ असण्याचा अभिनय कोणताही मनुष्य करू शकतो. उलट अधिक चांगल्या प्रकाराने त्याला अभिनय वठवता येतो. पालथ्या घड्यावर ओतलेले पाणी हे जसे वाहून जाते, तसे अपात्र आणि संकुचित मनाला दिलेले ज्ञानही वाया जाते. त्यामुळे गुरू अभिनयामुळे भ्रमित न होता शिष्याची तावूनसुलाखून पारख करतात. शिष्यत्वाची खरी कसोटी ही गुरूंनाच यथायोग्य ठाऊक असते.

याच तथ्याच्या आधारे एकनाथांनीदेखील त्या माणसाची परीक्षा घेण्याचे ठरवले. एकनाथांचे शिष्यत्व पत्करण्यासाठी आलेला मनुष्य हा प्रत्यक्षात त्यांचा शेजारीच होता. इतरांसमोर तो एकनाथांची नेहमीच निंदा करत असे. कित्येक लोक नाथांना शरण येतात हे पाहून तोही केवळ कुतूहलापोटी एकनाथांकडे गेला होता. एकनाथांनी सगळ्या परिस्थितीचा अंदाज घेऊन त्याला सांगितले, ''आजचा दिवस शुभ नाही. पुढे एखादा चांगला दिवस पाहून तुम्हांला सूचित करतो आणि ज्ञानदानही देतो.'' एकनाथांना नेमके काय म्हणायचे आहे हे न समजल्याने तो शेजारी निघून गेला. मग एक वर्षानंतर पुन्हा एकनाथांकडे आला. वास्तविक त्याला खरी ज्ञानतृष्णा असती तर मधल्या काळात

तो हजारो वेळा एकनाथांकडे आला असता. पण त्याला तर फक्त खिल्ली उडवायची होती आणि लोकांनी चिथवल्यामुळे तो नाथांकडे आला होता. अपात्र असलेल्या त्या माणसाला एकनाथांनी दुसऱ्या दिवशी आठ वाजता येण्यास सांगितले.

दुसऱ्या दिवशी सकाळी एकनाथांनी घरातील सदस्यांना पाण्याव्यतिरिक्त पूजेचे सगळे साहित्य तयार ठेवण्यास सांगितले. एकनाथांनी सांगितलेल्या वेळी शेजारी हजर झाला आणि पूजेच्या सामग्रीसमोरच मांडा ठोकून बसला. एकनाथही तिथे येऊन बसले. सगळी तयारी बघितल्यावर एकनाथ म्हणाले, ''ठाऊक नाही या लोकांना आज काय झालंय ते. सगळं काही व्यवस्थित आहे; पण कलशात पाणीच नाही.''

असे म्हणून हातात कलश घेऊन ते आत-बाहेर येरझारा घालू लागले. त्यांना बेचैन झालेले पाहून शेजाऱ्याने विचारले, ''मला मंत्र केव्हा देणार? उपदेश कधी देणार? लवकर काहीतरी करा. म्हणजे मला माझ्या शेतावर जाता येईल.'' त्यानंतर एकनाथांनी त्याच्यासमोर रहस्य उलगडले आणि त्याला स्पष्ट शब्दांत म्हणाले, '''उपदेश द्या, मंत्र द्या' असं म्हणत इथे येऊन तुम्हांला एका वर्षापेक्षाही अधिक काळ लोटला आहे. पूजेसाठी पाणी हवंय आणि मी कलश घेऊन केव्हापासून आत-बाहेर करतोय हे तुम्हांला दिसत नाही का? हे पाहूनही तुम्ही पाणी आणण्यासाठी उठू शकत नाही? तुम्हांला तर शेतावर जाण्याची घाई आहे. तहान नसताना केवळ आळसामुळे पन्नास पावलांवर असलेले पाणीही तुम्ही आणू शकत नाही; तर उपदेश मिळवून असं कोणतं कार्य तुम्ही पार पाडणार आहात? लोककल्याणाचं कोणतं कार्य तुम्ही साधणार आहात? ज्ञानासाठी जी सेवा काया, वाचा, मन आणि धन याद्वारे घडते ती तुमच्यासाठी तरी अशक्य आहे. तुमच्यामध्ये अजूनही उपदेश घेण्याची तयारी दिसत नाही. त्यामुळे सध्या तरी तुम्ही इथून जाऊ शकता. नंतर पाहता येईल.'' असे म्हणून एकनाथांनी त्या माणसाला परत पाठवले.

या कथेमधून सेवेचे महत्त्व अधोरेखित केले आहे. गुरू शिष्यांवर काही कार्य सोपवतात. त्या वेळी एखाद्या शिष्याला शंका वाटू शकते, की 'अशा प्रकारची सेवा मला का दिली?' प्रत्यक्षात गुरूंचे प्रत्येक कार्य हे लोककल्याणार्थ असते. सेवेच्या माध्यमातून गुरू हे पडताळून पाहतात, शिष्य सत्याची तृष्णा असल्याचा केवळ अभिनय करत आहे, की खरोखरच तो ज्ञानपिपासू आहे. जसे, गुरूंकडून एका शिष्याला पुस्तक लेखनाचे कार्य दिले. त्या वेळी त्याने, 'लिहिण्याची ऊर्मीच येत नाही' असे सांगून गुरूंची आज्ञा टाळली. सेवाकार्यामुळे शिष्य खरा आहे अथवा खोटा ही बाब समोर येते.

■

१७

महान ग्रंथांची निर्मिती

एकदा एकनाथांचा एक शिष्य काशीला निघाला. त्याने एकनाथांना विनंती केली, ''काशीला जाताना एकनाथी भागवताचा आपण आतापर्यंत केलेला अनुवाद बरोबर घेऊन जाण्याची परवानगी मला द्यावी.'' तोपर्यंत एकनाथी भागवताचे केवळ दोनच अध्याय अनुवादित झाले होते. त्या काळात प्रिंटर किंवा फोटोग्रॉफी मशीनसारख्या सुविधाही उपलब्ध नव्हत्या. शिष्याच्या इच्छेनुसार एकनाथांनी त्याला हस्तलिखितच सुपूर्द केले. ते घेऊन एकनाथांचा शिष्य काशीला गेला. तिथे एके दिवशी सकाळी गंगेच्या किनाऱ्यावर पूजा करताना त्या अध्यायांचे वाचन तो करत होता.

त्याच वेळी तिथून एक संन्यासी चालला होता. त्याने एकनाथांच्या शिष्याला विचारले, ''हे तू काय वाचत आहेस?'' शिष्य श्रद्धायुक्त स्वरात म्हणाला, ''हे एकनाथी भागवत आहे, जे माझ्या गुरूंनी–एकनाथांनी लिहिले आहे.'' हे ऐकून तो ब्राह्मण क्रोधित झाला आणि म्हणाला, ''एकनाथी भागवत मराठी भाषेत मांडण्याची अनुमती कुठून मिळाली? कारण यामध्ये वर्णिलेले उच्च ज्ञान हे केवळ आणि केवळ देववाणी संस्कृत भाषेतच बद्ध करता येतं.'' संन्याशाच्या या वक्तव्यावर त्या शिष्याकडे कोणतेही उत्तर नव्हते. तो संन्यासी रागारागाने तिथून निघून गेला. एकनाथी भागवताचे काही अध्याय मराठी भाषेत अनुवादित केल्यामुळे त्या काळातील निंदकांना तो देववाणी संस्कृत भाषेचा अपमान आहे, असे म्हणण्याची संधी मिळाली.

त्या संन्यासाने ही संपूर्ण घटना काशी विश्वनाथाच्या प्रमुखांना सांगितली. त्यांनादेखील आत्यंतिक राग आला. त्यांनी एकनाथांच्या त्या शिष्याला बोलावून सांगितले, ''जा आणि तुझ्या गुरूंना एकनाथ महाराजांना काशीमध्ये घेऊन ये.'' त्यांनी त्या शिष्यासोबत आपली काही माणसेदेखील पाठवली. 'काशी विश्वनाथाच्या प्रमुखांच्या आदेशानुसार आपण त्वरित काशीला यावे' हा संदेश एकनाथांना मिळताच त्यांनी ताबडतोब काशीला जाण्याची तयारी केली.

काशीला पोहोचल्यावर एकनाथ लगेचच काशी विश्वनाथाच्या प्रमुखांना भेटायला गेले. ते प्रमुख पंडित कुणालाही समोरासमोर भेटत नसत. भेटीला येणाऱ्या माणसात आणि प्रमुखांच्या दरम्यान बोलताना एक पडदा असे; तर निम्न काम करणाऱ्यांशी ते बोलतही नसत. अशा प्रकारे भेटीला गेलेल्या एकनाथांना पडद्याच्या दुसऱ्या बाजूला बसवण्यात आले. एकनाथांनी अत्यंत विनम्रतेने आपली बाजू मांडली. एकनाथी भागवताचे श्रेय स्वत:कडे न घेता ते म्हणाले, ''हा महान ग्रंथ लिपीबद्ध करण्याच्या लायक तर मी नाहीच. कुणी मला पंडित अथवा ज्ञानी समजावं हे तर शक्यही नाही. हा केवळ माझ्या गुरूंच्या – जनार्दन स्वामींच्या आज्ञेचा प्रताप आणि आपणासारख्यांची कृपा आहे. त्यामुळेच तर मी हे लिहू शकलो. आपण हे वाचावं आणि ते योग्य पद्धतीने लिहिलेलं नाही असं वाटलं तर गंगेत फेकून द्यावं.''

एकनाथांचे नम्रतापूर्ण बोलणे ऐकल्यावर प्रमुख पंडितांचा राग शांत झाला आणि त्यांनी पडदा बाजूला करण्यास सांगितला. त्यानंतर एकनाथांबरोबर थेट संवाद साधला. 'महान ग्रंथातील शिकवणींचा हा अनुवाद कोणत्याही व्यक्तीने केलेला नसून तो अंत:स्फूर्तीतून घडला आहे,' ही बाब – एकनाथांच्या बोलण्यातील सत्यता त्यांना पटली.

एकनाथांचे म्हणणे ऐकून घेतल्यानंतर प्रमुख पंडितांनी त्यांना काशीमध्ये राहूनच भागवताचा अनुवाद पूर्ण करण्यास सांगितले. प्रत्यक्षात त्याआधी दहा विद्वानांना बोलावून त्या पंडितांनी एकनाथांनी अनुवादित केलेले ते दोन अध्याय त्यांना दाखवले होते. त्या सर्व विद्वानांनी चार दिवस त्या दोन्ही अध्यायांचा अभ्यास केला. त्या वेळी त्यांनी अनुवादातील सर्व बाबी काटेकोरपणे तपासल्या आणि त्यामध्ये कोणतीही चूक नसल्याचा निर्वाळा दिला. त्यांच्या या एकमतावर पंडितदेखील निश्चिंत झाले आणि त्यानंतर त्यांनी एकनाथांना काशीमध्येच थांबण्यास सांगितले. एकनाथांनी पुन्हा एकनाथी भागवत लिहिण्याच्या कार्याला सुरुवात केली. 'भगवद्गीता' आणि 'भागवत' अशा दोन्हीही ग्रंथांतील उपदेशांचा अनुवाद करून त्यावर आपले भाष्य मांडले. काही वर्षे काशीमध्येच राहून त्यांनी *एकनाथी भागवत* हा ग्रंथ पूर्ण केला.

अशा प्रकारे निसर्ग विशिष्ट परिस्थिती कशी निर्माण करतो हे आपल्या लक्षात आले असेल. सामान्यत: सगळेच जण, 'मला हे काम पूर्ण करायचे आहे... ते करायचे आहे... कसे करणार?' यांसारख्या विचारांमध्येच अडकतात. परंतु कोणतीही कृती किंवा क्रिया ही व्यक्तीकडून घडत नाही, ही वास्तविकता आहे. एकनाथांनादेखील अठरा हजारांपेक्षा अधिक ओव्या मराठी भाषेत स्वत:च्या हातांनी लिहायच्या होत्या. अशा स्थितीत मनुष्य किती तणावाखाली येईल याचा जरा विचार करा. पण एकनाथ कोणत्याही ताणतणावांपासून पूर्णत: मुक्त होते. कारण त्यांना हे ठाऊक होते, की हे सर्व ते करत नसून त्यांच्याकडून घडत आहे, करून घेतले जात आहे.

यानंतरही एकनाथांनी विविध ग्रंथलेखन केले. त्यातील एक *रुक्मिणी स्वयंवर*. या ग्रंथात रुक्मिणीच्या भावदशेतून त्यांनी भक्तीचे वर्णन केले आहे. जसे, भक्ती म्हणजे काय आणि भक्तीमध्ये भावना कशा निर्माण होतात, यासंबंधी सांगितले आहे. काही बाबी गोष्टीच्या किंवा कथेच्या माध्यमातून लोकांना अधिक भावतात, पटतात, समजतात. एखाद्या पात्राच्या माध्यमातून भक्तीची व्याप्ती लोकांसमोर मांडली तर त्यांना ती अधिक चांगल्या प्रकारे समजते. त्यामुळेच संत मीराबाईंच्या चरित्रातून आपल्याला भक्तीची सघनता अधिक चांगल्या पद्धतीने समजू शकते.

संत एकनाथांचा अनुभव असा होता, की शब्दांच्या अगोदरच ज्ञान प्रकट व्हायचे. अंतरंगातून पाझरणाऱ्या ज्ञानाला नंतर शब्दरूप प्राप्त होई. अशाच प्रकारे छंदाच्या अगोदरच त्याचा अर्थ प्रवाही होत असे. अर्थात, छंद नंतर आणि अर्थ आधी समोर येई. असे असूनही त्यांनी या गोष्टींचे श्रेय स्वत:कडे कधीही घेतले नाही.

संत ज्ञानेश्वर आणि संत एकनाथ यांच्यामुळे वारकरी समाजाला दिशा दाखवणारे कित्येक ग्रंथ मिळाले. याव्यतिरिक्त एकनाथांमुळेच *भावार्थ रामायण*देखील समोर आला आणि लोकांना 'रामकृष्ण हरी'चा प्रकट मंत्र मिळाला. म्हणजेच प्रत्येकाला उच्चारता, म्हणता येईल असा मंत्र मिळाला. वास्तविक, त्या काळात असे कित्येक प्रयत्न झाले ज्यांचा पुढे जाऊन लोकांना खूप लाभ झाला.

एकनाथांनी जितक्या ग्रंथांची रचना केली त्या सर्वांच्या बाबतीत त्यांचे मत हेच होते, की 'हे सर्व माझ्या गुरूंच्या पराक्रमामुळे घडत आहे. त्यांच्यामुळेच माझे हात चालत आहेत.' अनुवादाचे कार्य करत असतानाही एकनाथांनी मूळ ग्रंथांचा गाभा आहे तसाच ठेवला. त्या ग्रंथांचे स्वतंत्र-वेगळे अस्तित्व अनुवादामध्येही जपले. वास्तविक, आपल्या आतमध्ये अनुभवलेल्या गोष्टीचे वर्णन जेव्हा आपण करतो त्या वेळी त्यामध्ये काही वैशिष्ट्य येतेच.

जसे, ज्ञानेश्वरी हा महान ग्रंथ संत ज्ञानेश्वरांनी रचला. ज्ञानेश्वरी ही प्रत्यक्षात भगवद्‌गीतेचा मराठी अनुवाद आहे, ही बाब कित्येकांना ठाऊक नसते. तसे पाहिल्यास गीतेवर कित्येकांनी आपापल्या परीने भाष्य केले आहे. तरीही, त्या सर्वात संत ज्ञानेश्वरांचा स्वतंत्र बाणा आणि निवृत्तिनाथांचे सामर्थ्य दाखवणारी ज्ञानेश्वरीच अधिक उठून दिसते. त्यामुळेच ज्ञानेश्वरी हा ग्रंथ संत ज्ञानेश्वरांव्यतिरिक्त अन्य कुणीही लिहू शकला नाही. ज्ञानेश्वरी किंवा एकनाथी भागवत यांसारखे ग्रंथ वाचल्यानंतर त्यामध्ये संत ज्ञानेश्वरांच्या आणि संत एकनाथांच्या लेखणीचे– स्वानुभवाचे नावीन्य पाहायला मिळते. अन्यथा, या ग्रंथांमध्ये कृष्ण, उद्धव इत्यादींच्या कथा आहेत. या कथांमधून त्यांच्या दरम्यान घडणारा संवाद मांडला आहे. यातही पुन्हा एकनाथांनी मूळ गाभा आणि अनुभव कायम ठेवला आहे. यानंतरही अशा काही ग्रंथांची निर्मिती झाली जिथे अनुभवाविषयी थेट, सरळ-स्पष्ट सांगितले आहे. याचे उदाहरण म्हणजे संत ज्ञानेश्वरांनी लिहिलेला अमृतानुभव हा ग्रंथ.

भविष्यातील संकटकाळात लोकांना साहाय्यक ठरतील अशी कार्ये संतांनी वेळोवेळी केली आणि आजही करत आहेत. ही कार्ये अत्यंत बिकट होती. तरीही, संतांनी ती पूर्णत्वाला नेली. संतांची कार्यपरंपरा पाहून आताचे लोक फक्त आश्चर्यचकित होऊन असाच विचार करतात, की इतकी महान कार्ये घडली तरी कशी? संत एकनाथांनी आणि संत ज्ञानेश्वरांनी महान ग्रंथांची निर्मिती केली. कारण त्यांच्या जीवनात केवळ गुरुआज्ञेचेच महत्त्व अनन्यसाधारण होते. गुरूंच्या आज्ञेत इतके सामर्थ्य आहे, की अत्यंत अवघड कार्यदेखील शिष्याकडून सहजतेने पूर्ण होते. संत ज्ञानेश्वर, संत एकनाथ यांच्या आयुष्यात गुरुआज्ञेचे असणारे मोल जाणून आपणही त्यानुसार अनुकरण करा.

■

खंड ४

संत एकनाथांचा दृष्टिकोण

१८

निंदकांकडे पाहण्याची दृष्टी

संत एकनाथांच्या काळात पंडित-पुरोहित अत्यंत सक्रिय होते. त्या काळात जातीपातीचा भेदभाव होता. अस्पृश्य आणि निम्न जातीच्या लोकांबाबत भेदभाव पाळला जात असे. उच्च जातीच्या लोकांना श्रेष्ठ मानत. तर, कर्मकांड करणे ही बाब अत्यंत आवश्यक अशी होती. हे असे युग होते, जिथे लोक असत्याची साथ देत होते. कारण लोकांची उपजीविका त्याच्याबरोबर जोडलेली होती. मनुष्याची चेतना जेव्हा निम्न असते तेव्हा असे घडतेच. एखादे कर्मकांड, व्यवसाय किंवा धार्मिक सेवेबरोबर पैसा जोडला जातो त्या वेळी लोक हव्यासापोटी त्याला असत्याची जोड देतात. पण अशा वेळी ते सर्वसामान्यांना खऱ्या गोष्टी सांगत नाहीत. असे पाखंडी सामान्य लोकांना आपल्या फायद्यासाठी कर्मकांडांमध्ये अडकवून ठेवतात आणि त्यातून आपले पोट भरतात. मनुष्य आपल्या पोटाबरोबर किती बांधलेला आहे ही गोष्ट यातून लक्षात येते. वास्तविक, असे लोक एखादा नवीन पेशादेखील स्वीकारू शकतात. परंतु तोच पेशा किंवा उपजीविका त्यांच्या इतकी अंगवळणी पडते, की सत्य जाणल्यानंतरही ते जुन्या पेशाकडे पाठ फिरवू शकत नाहीत.

अशा पाखंडींमध्ये कुणी तांत्रिक, कुणी मांत्रिक तर कुणी ज्योतिषी असतो. लोकांना दुःखापासून मुक्ती हवी असते. त्यामुळे दुःखमुक्ती देणाऱ्यांना ते पैसे देतात. त्यामुळे काही खऱ्या लोकांव्यतिरिक्त कित्येक लोभींच्या उपजीविका अशा प्रकारे फळतफुलत राहतात. त्यानंतर एखादा संत-महात्मा लोकांना सत्याची आठवण करून देतो त्या वेळी

पाखंड करणाऱ्यांना वाईट वाटते आणि ते संतांचे निंदक बनतात. याच कारणामुळे संत एकनाथांचेही अनेक निंदक होते. पाखंड करणाऱ्यांच्या पेशावरच थेट हल्ला होत असल्याने असे घडते. प्रत्यक्षात कोणताही ज्ञानी मनुष्य कुणालाही जाणीवपूर्वक त्रास देत नाही. तसेच त्याला जाणूनबुजून कुणाचीही उपजीविका बंद पाडायची नसते. प्रत्यक्षात लोकांच्या आपापल्या प्रार्थना, आणि त्यांची कर्मे असतात. मग त्याचेच परिणाम त्यांना आपल्या आयुष्यात दिसतात. परंतु याचे दोषारोपणदेखील संतांवरच केले जाते.

वास्तविक, कुणाचीही उपजीविका बंद पाडण्याच्या हेतूने कोणतेही संत सत्य कथन करत नाहीत. तर, लोक ज्या कर्मकांडांमध्ये अडकले आहेत त्यातून हरिदर्शन घडणार नाही, विठ्ठल प्रसन्न होणार नाही आणि ईश्वर स्वतः लोकांची सेवा करणार नाही, हे लोकांना समजावे यासाठी ते सत्य सांगतात. त्यामुळे अशा कोणत्याही चुकीच्या कल्पनेत किंवा धारणेत अडकू नका, असा संदेश संत लोकांना देतात. काही संतांच्या कथांमध्ये ईश्वरानेच त्यांचा शोध घेतला, ही बाब आपण ऐकली असेल. कारण ईश्वराच्या इच्छेनुसारच जीवन जगणारे भक्त परमेश्वराला नक्कीच प्रिय असतात. केवळ बरे वाटावे म्हणून ईश्वराचे नामस्मरण करणाऱ्यांवर तो प्रसन्न होत नाही.

दुःखमुक्तीसाठी लोक कर्मकांडांमध्येच अडकून पडतात. प्रत्येक युगात ज्या वेळी कर्मकांडांची परिसीमा गाठली जाते, त्या वेळी सत्य सांगणारा, सत्यदर्शन घडवणारा कुणी ना कुणी जन्म घेतो.

काही जण कीर्तनामध्ये आपल्या अंतरंगातील सत्याचा, आपल्या भावनांचा अनुभव घेतात. त्या वेळी त्यांना जाणवते, की 'यामध्येच कुठे ना कुठे सत्य दडलेले आहे आणि आपणदेखील खऱ्या ईश्वराचे नामस्मरण करायला हवे.' प्रत्येकानेच, 'दर तासाला, किमान श्वासाबरोबर तरी सत्याचे स्मरण करायला हवे' हे छोटसे लक्ष्य तर बाळगायलाच हवे. तेव्हाच जिवंतपणी पृथ्वीलक्ष्य प्राप्त करण्याची अपेक्षा करता येईल. समजा, हे शक्य नसेल तर रिकाम्या वेळेत ईश्वराचे नामस्मरण किंवा एक तास ध्यान करायला हवे. अशा तऱ्हेने संतांनी नामस्मरणाचा आणि ध्यानाचा मार्ग सांगितला आहे.

त्या कालखंडामध्ये वारकरी संप्रदायाच्या माध्यमातून, वेगवेगळ्या संतवाणीतून, निरनिराळ्या भाषांत सत्याचा मार्ग दाखवला. तरीही या यात्रेमागील त्यांचा उद्देश हाच होता, की 'हे उच्चतम ज्ञान लोकांपर्यंत पोहोचावे आणि त्यांनी आपला अमूल्य वेळ ईश्वराच्या स्मरणात घालवावा.' सर्वोच्च ज्ञान देणारे जर कुणी असेल तर लोकांना ते समजणे सोपे जाते. संत एकनाथांनी कीर्तनात भागवताचे वाचन केले त्या वेळी लोकांनादेखील त्यांच्या कीर्तनात सामील व्हावसे वाटले. संत एकनाथांनी धार्मिक ग्रंथांचा मराठीमध्ये अनुवाद

करताना त्याचा मूळ अर्थदेखील प्रवाही ठेवला. एकनाथांनी केलेले अनुवादाचे कार्य हे फक्त भाषिक आदानप्रदान नसून त्यांच्या देहावर जे कार्य घडले होते, त्याची मुद्राही त्या अनुवादांत झळकते.

संत एकनाथांच्या जीवनात भक्ती आणि सेवा या गोष्टी मुख्यत्वाने उठून दिसतात. पण याव्यतिरिक्त असणारी मुख्य बाब निंदकांकडे पाहण्याची त्यांची दृष्टी! आपली निंदा करणाऱ्यांकडे यथायोग्य पाहण्याची कला आपल्याला अवगत झाली तर आपले आयुष्यदेखील बदलेल.

एकनाथांची सहनशक्ती, क्षमाशीलता आणि समता ही पराकोटीची होती. या गुणांमुळे निंदक आणि अत्याचारी लोक त्यांचे कोणतेही नुकसान करू शकले नाहीत. निंदा करणाऱ्यांना त्यांनी कधीही नावे ठेवली नाही; तर नेहमी त्यांना क्षमाच केली. एकनाथांनी निंदकांविषयी केलेले वक्तव्य हे खोलवर विचार करण्यासारखे आहे. ते म्हणतात, 'निंदक अत्यंत कामाचा आहे, आत्मारामाचा तर तो सखाच आहे... निंदक आपली काशी आहे, आपल्या सगळ्या पापांचा विनाशी आहे... निंदक आपली गंगा आहे, आपल्या सगळ्या पापांना धुणारा आहे... निंदक आपला सखा आहे, आपल्या कपड्यांना कोणत्याही गोष्टीशिवायच धुऊन टाकणारा आहे...' अशा प्रकारे आपल्या निंदकांविषयीचे एकनाथांचे भाव विशुद्ध होते. दया, क्षमा आणि शांती इत्यादी गुणांनी ते निंदकांना सन्मार्गावर आणत.

आजच्या युगातही आपल्या पाठीमागे आपली निंदा करणारे कुणी ना कुणी असतेच. कधी घरांत, कधी ऑफिसमध्ये तर कधी मित्रमंडळींत निंदा होते. जसे, मित्रांच्या घोळक्यात कुणी आपल्याला वाईट बोलले तर त्याला धडा कसा शिकवायचा, या विचाराला ताबडतोब सुरुवात होते. परंतु एखाद्याने निंदा केल्यावर आपण ती कशी घेतो, त्याकडे कसे पाहतो, यावर सगळे काही अवलंबून असते. एखादा 'गाढव' म्हणून आपली निंदा करत असेल, तर प्रत्यक्षात तो आपल्याला जागृत करण्यासाठी असे म्हणतो. हीच बाब कित्येकदा समोरच्याला ठाऊक नसल्याने तोदेखील त्याच्या द्वेषापोटी काही ना काही अपशब्द बोलून जातो. पण आपली भूमिका ही जागृतीची आहे. निंदेचा ओढा हा द्वेषातूनच बाहेर पडतो आणि लोक त्या नालीमध्येच अंघोळ करतात. खरेतर विशाल अशी गंगा नदीही वाहत असते. तरीदेखील हा नालाच लोकांना आपल्याकडे खेचून घेतो.

आज कित्येकांना निंदेमधून बाहेर पडण्याची आत्यंतिक गरज आहे. कारण त्यांना अनेक आघात आणि दुःख यांना वारंवार सामोरे जावे लागते. समजा, आपल्याला कुणी 'गाढव' म्हटले तर त्यालाही तसेच सडेतोड उत्तर द्यावे, 'जशास तसे' वागावे, असे

आपल्याला वाटते.

एकनाथ म्हणतात, 'माझ्या सत्संगाची आणि कीर्तनाची प्रशंसा करणारे तसेच निंदा करणारे दोन्हींही मला माझ्या माता-पित्यासमान आहेत.' एखादी आई आपल्या मुलाची शी-शू काढून त्याला स्वच्छ करते. त्याचप्रमाणे सत्संग, निंदक, प्रशंसक आणि आपल्यासंबंधी वाईट बोलणारे सर्व जण आपल्या अंतरंगातील मळ साफ करण्यासाठीच आहेत. त्यामुळे त्यांना त्यांचे काम करू द्या.

संत एकनाथांनी अशा लोकांनादेखील किती महान दर्जा दिला आहे ही बाब त्यांच्या या विचारावरून आपल्या लक्षात आली असेल. एकनाथांच्या दृष्टीतून निंदकदेखील गुरुरूपच आहेत. त्यामुळे आपली निंदा करणाऱ्यांना कमीत कमी मनामध्ये तरी धन्यवाद द्या. कारण निंदा झाल्यानंतरच आपण मनन करतो. त्यातूनच काही नवीन बोध, असा दृष्टिकोण मिळतो जो यापूर्वी आपल्याकडे नसतो.

एकनाथ म्हणतात, 'भक्ती ही ईश्वरापेक्षाही महान आहे.' भक्तीमध्ये तल्लीन होऊन त्यांनी असे काय मिळवले असेल ज्यामुळे भक्तीला भगवंतापेक्षाही उच्च दर्जा त्यांनी दिला? इतकेच नव्हे, तर आज्ञेमध्ये राहून त्यांनी अशी कोणती मुक्ती मिळवली जिची स्तुती ते गात होते? यावर जरा विचार करा.

आपल्याला अंघोळीसाठी निंदेचा नाला चांगला वाटत असेल तर आपले नुकसान होणार हे नक्की! कारण त्याचा उगम हा द्वेष आणि तिरस्कार यातून होतो. हे सत्य एकनाथांनीच सांगितले आहे. बीजामधूनच झाड उगवते त्याचप्रमाणे द्वेषातून निंदेचा नाला बाहेर पडतो. काटेरी झाडाचे बी पेरल्यानंतर काट्यांचेच झाड उगवणार! तिथे फुलाफळांच्या झाडांची अपेक्षा करून चालणार नाही. हे सर्व समजून घेतल्यानंतर आपल्याला आपला निर्णय घ्यायचा आहे. आपल्यालाच ही गोष्ट निश्चित करायची आहे, की 'मला पुढे कसे जायचे आहे... निंदेमध्ये अडकून की निंदकांना धन्यवाद देऊन?' स्वत:बरोबर प्रामाणिकपणे संवाद साधा आणि संत एकनाथांच्या जीवनातून प्रेरणा मिळवून, मायेच्या जाळ्यातून (निंदेच्या वेदनांतून) मुक्त होऊन खऱ्या मुक्तिपथावर चालत राहा.

■

१९

निंदकांना परम गुरू माना

आपल्या कीर्तनात एकनाथ सांगतात, 'माझ्या निंदकांकडून जे काही सांगितले जाते, ते उत्थानासाठी असते.' एकनाथांच्या म्हणण्याप्रमाणे निंदक हा गंगेसारखा असतो आणि त्याच्या निंदेमुळे आपली शुद्धी होते.

संत एकनाथांच्या म्हणण्यानुसार निंदेच्या नालीमधून अत्याचाराचे किडे बाहेर पडतात. लोकांनी या गोष्टींमध्ये अडकून त्याच्यावर आपले लक्ष केंद्रित करू नये, यासाठी एकनाथांच्या श्लोकांमध्ये आणि अभंगांमध्ये अशा पंक्ती आहेत. ते म्हणतात, 'आपण ज्या गोष्टींवर लक्ष केंद्रित करतो, त्यांना बळ देतो आणि अशा प्रकारे आपल्या जीवनामध्ये त्याच गोष्टी सक्रिय, क्रियाशील होतात.' त्यामुळे, 'मी कोणत्या गोष्टींना बळ, ताकद द्यायला हवी,' याचा प्रत्येकानेच विचार करायला हवा. आपल्या आयुष्यात दिव्य योजनेनुसार आपल्याला जे हवे आहे, त्याच्यावर लक्ष केंद्रित करा. तेव्हाच त्या गोष्टी आपल्या जीवनात सक्रिय होतील.

मनुष्याच्या आयुष्यात ज्या गोष्टी घडत नसतात त्यांचेच वर्णन तो नकळतपणे करत राहतो. जसे, नोकरी मिळत नाही... लग्न होत नाही... मुले होत नाहीत... कामे पूर्ण होत नाहीत... लोक ऐकत नाहीत... आदर करत नाहीत... लक्ष देत नाही वगैरे. याचा अर्थ आयुष्यात ज्या गोष्टी घडत नाहीत, तिथेच त्याची सुई अडकून राहते. त्यामधून तो नकळतपणे नको असणाऱ्या गोष्टींनाच बळ देतो आणि याच शक्तीमुळे त्याच्या आयुष्यात

त्याच त्या गोष्टी वारंवार घडत राहतात, ही महत्त्वपूर्ण बाब त्याला कळतही नाही.

आपण बघितले असेल, की ज्या माणसाचा विचार आपल्या मनात सुरू असतो कधी-कधी अचानक त्याचाच फोन येतो. याचे कारण म्हणजे तुम्ही त्या विशिष्ट माणसावर ध्यान देऊन, फोकस करून, त्याला तुमच्याबरोबर संपर्क करण्यासाठी सक्रिय करता. अर्थात, याबाबतीत आपण पूर्णपणे अनभिज्ञ असतो. पण आता आपल्याला हा निसर्ग-नियम समजला आहे. त्यामुळे आपल्या आयुष्यात ज्या लोकांनी यावे अशी आपली इच्छा असेल केवळ त्यांच्याबाबतीतच विचार करा.

वास्तविक, हे एक प्रकारचे विज्ञानच आहे, जे मनुष्याच्या लक्षात येत नाही. 'माझ्या बाबतीत जे काही घडते ते लोकांमुळेच,' असेच त्याला वाटते. मात्र आता, आपल्या जीवनात सत्याच्या पाठीराख्यांची संख्या वाढत आहे, की सत्याकडे पाठ फिरवणाऱ्यांची, याचे निरीक्षण करा. मनुष्य नेहमी इतरांकडे बोट दाखवून तक्रार करतो, 'माझ्या आयुष्यात असलेल्या लोकांमुळे मला श्रवण-पठणाला वेळ मिळत नाही. त्यांच्यामुळेच मी सेवा करू शकत नाही.' खरेतर अशा विचारांतून, बोलण्यातून मनुष्य अप्रत्यक्षरीत्या नको असणाऱ्या लोकांनाच ऊर्जा देतो आणि सत्यापासून दूर जातो.

एकनाथांच्या आयुष्यातही नकारात्मक विचारांचे, निंदा करणारे कित्येक लोक होते. पण अशा लोकांनाच गुरू बनवून एकनाथांनी त्यांच्याकडून आयुष्याचे पाठ गिरवले. निंदा करणाऱ्यांना ते कसा प्रतिसाद द्यायचे, हे पुढील उदाहरणावरून लक्षात येईल.

एकनाथांची निंदा करणारे, त्यांचे विरोधक त्यांना नुकसान पोहोचवण्यासाठी काहीही करायला तयार असत. एकदा काही खोडसाळ लोकांनी नाथांना त्रास देण्यासाठी एका मुसलमान मनुष्याला तयार केले. 'एकनाथ गोदावरी नदीमधून स्नान करून बाहेर आले की त्या माणसाने त्यांच्यावर चूळ थुंकायची. त्यामुळे ते पुन्हा अशुद्ध होतील.' अशी हीन युक्ती त्या खोडसाळांनी आखली होती. शिवाय हा कपटी डाव खेळणारे अन्य कुणीही नसून एकनाथांचे निंदकच होते.

एके दिवशी त्या माणसाने ठरल्याप्रमाणे एकनाथांवर चूळ थुंकली. एकनाथ शांतपणे पुन्हा एकदा नदीत जाऊन अंघोळ करून आले. मग त्या माणसाने पुन्हा एकदा तेच नीच कृत्य केले. अशा प्रकारे १०८ वेळा तो मनुष्य एकनाथांच्या अंगावर चूळ थुंकला आणि तितक्याच वेळा एकनाथ नदीमध्ये जाऊन स्नान करून आले. अवाक्षरही न बोलता नदीमध्ये वारंवार स्नान करणाऱ्या एकनाथांच्या या कृतीमुळे त्या मुसलमान मनुष्याचे हृदयपरिवर्तन घडले. खरे तर दोन-चार वेळा अंघोळ केल्यानंतरच नक्की काय चालले आहे, हे एकनाथांना समजले होते. कारण तो माणूस अधूनमधून लोकांच्या बाबतीत असा

विक्षिप्त वागायचा. पण आज मात्र दृढ निश्चय केल्यासारखाच तो वागत होता.

मात्र, कोणत्याही परिस्थितीत आज या मनुष्याचे हृदयपरिवर्तन करायचेच असा निग्रह एकनाथांनीदेखील केला होता. हे त्यांचे प्रेरित कर्म होते, ज्याची पुनरावृत्ती त्यांना करायची होती. एकनाथांच्या ठाम निश्चयामुळे त्या माणसाचे हृदयपरिवर्तन झाले. यामध्ये कोणतीही चतुराई नव्हती, तर केवळ एक सहज विचार होता. हो! पण संत एकनाथांना साधलेला परिणाम सार्वत्रिक असेलच असे नाही. शेवटी त्या माणसाने जेव्हा एकनाथांची क्षमा मागितली तेव्हा त्यांच्या निंदकांच्या आनंदावर पाणी पडले. एकनाथांच्या आयुष्यात नेहमी काही ना काही अडचणी निर्माण करणारे असेच ते लोक होते. परंतु सकारात्मक बाब म्हणजे त्यांना शेवटपर्यंत कधीही यश मिळाले नाही.

अशाच काही घटनांनंतर संत एकनाथांनी निंदकाविषयी लोकांना उपदेश केला. त्यांनी सांगितले, 'निंदक मनुष्य हा प्रत्यक्षात आपला धोबी असतो. तो कोणतेही दाम न घेताच आपले कपडे धुतो. तो आपलेच काम, आपलीच सेवा करतो म्हणूनच त्याच्याविषयी वाईट विचार करण्याची काहीही गरज नाही. मात्र, जीवनामध्ये आपली सेवा कोणकोणत्या प्रकारांनी घडत आहे हे आपल्यालाच ओळखावे लागेल. सामान्यतः आपल्या जीवनाकडे आपण मर्यादित दृष्टिकोणातूनच पाहतो. त्यामुळे आपल्याशी चांगले वागणारा, भले करणारा हाच आपली सेवा करत आहे, असा ग्रह आपण करून घेतो. पण जे आपले वाईट चिंततात, तेदेखील एक प्रकारे सेवाच करत आहेत, ही गोष्ट आपल्याला समजतच नाही.'

'सगळेच लोक आपली सेवा करत आहेत' या समजेसह मनुष्यामध्ये अंतःकरणापासून क्षमाभावना जागृत व्हायला हवी, की इतरांविषयीच्या सगळ्या तक्रारीच समाप्त होतील. मनुष्याचा जेव्हा, 'माझ्या आयुष्यातील सगळी कार्ये ही माझ्या सहज विचारांनी आणि निर्णयांमुळेच पूर्ण होतात,' या गोष्टीवर विश्वास बसेल त्या वेळी इतरांविषयीच्या अढी, तक्रारी कायमच्या नाहीशा होऊन तो आपल्या ध्येयाबाबत अधिक सजग होईल. तसेच त्या अनुषंगाने प्रार्थनाही करेल. अशा प्रकारे निंदकांच्या वागण्यामुळे त्याला होणारा त्रास, तक्रारी पूर्णपणे थांबतील.

ज्ञानदानाबाबतही एकनाथांना निंदा सहन करावी लागली. त्यांचे निंदक म्हणत, 'ज्ञान ग्रहण करण्यासाठी किमान संस्कृत भाषा समजायला हवी. तसेच ज्ञानावर काही ठरावीक लोकांचाच अधिकार असूनही हा वाटेवरच्या कोणत्याही माणसाला ज्ञान वाटत सुटतो.'

अशा निंदकांबाबत एकनाथ महाराज म्हणतात, 'गुरू तर गुरू आहेच. पण शिष्यदेखील गुरू आहे, आणि निंदक तर परम गुरू आहे. प्रत्यक्षात ही शिक्षण सद्‌गुरू जनार्दन स्वामींची होती.' ■

२०

कुणाची निवड करावी आदराची की निंदेची?

संत एकनाथांच्या उपदेशात पुढील गोष्टी येतात : 'आपल्या शिष्यांच्या वेदना ज्याला सहन होत नाहीत आणि आपल्या निंदकांची निंदा जो पचवू शकत नाही, त्याच्या जीवनातील पारमार्थिक कार्य कोरे राहते. म्हणजेच तो परमार्थाच्या मार्गावर पुढे जाऊ शकत नाही.' इथे 'परमार्थाचा मार्ग' याचा अर्थ पृथ्वीलक्ष्य म्हणजेच जीवनाचे अस्सल लक्ष्य प्राप्त करण्याचा मार्ग असा आहे.

'शिष्याची वेदना' यातून एकनाथांच्या सांगण्याचा मथितार्थ होता, 'आपल्याला जे लोक आवडतात त्यांची वेदना किंवा पीडा.' जसे, आपल्या जवळच्या लोकांचे दुःख किंवा वेदना पाहून आपण सतत दुःखी होतो. अर्थात, हे स्वाभाविकच आहे. पण एकनाथांचे म्हणणे होते, की 'आपण ती वेदना सहन करू शकाल इतकी समज आपल्यामध्ये असायला हवी. पण हे तेव्हाच घडेल जेव्हा आपण तिच्याकडे सर्वसमावेशक दृष्टिकोणातून (हेलिकॉप्टर व्ह्यू) पाहाल.'

पृथ्वीवर राहण्याची आणि पृथ्वीवरून जाण्याची निवड ही प्रत्येक मनुष्याला स्वतःलाच करावी लागते. पण आपण त्यांच्या निवडीचा आदर राखता, की त्यांनी निवडलेल्या मार्गाची निंदा करता, हे अवश्य पाहायला हवे. आपण निंदा करत असाल तर निश्चितच आपल्याला दुःख होणार. पण आदर करत असाल तर आपल्या जीवनाच्या माध्यमातून, जगण्याच्या अधिक चांगल्या मार्गांसाठी आपण मदत कराल. केवळ दुःखी

राहणे हा एकमेव पर्याय नसून इतरही मार्ग उपलब्ध आहेत. म्हणूनच लोकांच्या या निवडीचा आपण आदर करायला हवा. तसेही, एखादा गुरू शिष्याच्या वेदना पाहून स्वत: दु:खी झाला तर त्याची मदत तो कशी करणार? कारण दु:खी होऊन त्या शिष्याच्या निवडीची तो निंदाच करत आहे.

दुसरीकडे, सामान्य मनुष्याच्या बाबतीत गुरू-शिष्य असे नाते नसल्यामुळे त्याने आपल्या जवळच्या लोकांबाबत पुढील समज बाळगायला हवी.

एखादा जवळचा मनुष्य दु:खामध्ये आपल्याकडून सहानुभूतीच्या चार शब्दांची अपेक्षा करतो. अशा वेळी त्याच्या दु:खामुळे तुम्ही दु:खी आहात हे त्याला अवश्य सांगा. परंतु त्याच वेळी त्याच्या दु:खामुळे आपण खरोखरच दु:खी झालो आहाते, की एखाद्या धारणेमुळे असे घडत आहे? अशी कोणती गोष्ट आपण मनात धरून ठेवली आहे ज्यामुळे आपल्याला इतके दु:ख होत आहे, याचा अंतर्यामी अवश्य शोध घ्या. याशिवाय सगळ्यांत महत्त्वाचे म्हणजे, त्याच्या दु:खामुळे दु:खी होऊन आपण त्याची मदत करत आहात, की त्याचे दु:ख आणखी वाढवत आहात, हेदेखील पाहा. एकदा का ही बाब लोकांना समजली, तर इतरांच्या दु:खामध्ये दु:खी होण्याऐवजी त्यांना दु:खातून बाहेर काढण्यासाठी ते आनंदाने लोकांची मदत करतील.

यासाठी सेवा ही सदैव आनंदी राहूनच करा. अधिकाधिक लोकांची सेवा घडावी अशी आपली इच्छा असेल तर आपल्यालाही तितकेच आनंदी, खूश व्हावे लागेल. समजा, आपल्याला कोट्यवधी लोकांची सेवा करण्याची प्रबळ इच्छा असेल तर आपला आनंद, खूशी कैक पटींनी जास्त असायला हवी. त्यानंतरच अशा प्रकारची कामे करण्यासाठी आवश्यक असणारा स्तर गाठल्यानंतर आणि आपल्यामध्ये इतका आनंद पचवण्याची क्षमता तयार झाल्यानंतरच उच्च कोटीच्या कामांना हात घालावा. अशा प्रकारे पात्रता हळूहळू वाढत जाते. सातत्याने सेवा करता-करता सुरक्षित वातावरणामध्ये (सेफ ग्राऊंड) आपल्या लक्षात येईल, की एखाद्या गैरसमजातून आपली निंदा होऊनही आपले स्थैर्य, शांती अबाधित राहत असेल, तर आपली तयारी झाली आहे, असे समजा. यासाठीच आपण निंदा रडतखडत पचवत आहात की समजेसह ही गोष्ट महत्त्वाची ठरते. त्यामुळेच संत एकनाथ सांगतात, 'आपणच संपूर्ण विश्व बनलात तर निंदा आणि स्तुती दोन्हीही त्यामध्ये विलीन होतात.'

चित्रकाराचे उदाहरण

निंदक आपले मदतनीस असून त्यांच्याकडून काही शिकायचे आहे, ही बाब आपल्याला सांगितली. आता हीच गोष्ट एका उदाहरणातून समजून घेऊ या.

दोन चित्रकार होते. त्यातील एका चित्रकाराला नेहमी दुसऱ्याचा मत्सर वाटे. त्या दुसऱ्या चित्रकाराच्या चित्रांच्या प्रदर्शनाची बातमी कानावर येताच, हेवा करणारा चित्रकार त्या दुसऱ्या चित्रकाराच्या चित्रातील त्रुटी, कमतरता सांगे. अर्थात, यासाठी तो त्याच्या चित्रांचा खूप बारकाईने अभ्यास करत असे. आणि त्यातूनच, "तू अयोग्य रंगांची निवड केली... तू चुकीचा ब्रश वापरला... अमुक रंगाचा किंवा अमुक ब्रशचा वापर केला असता तर चित्र अधिक उठावदार बनलं असतं..." वगैरे सल्ले त्याला देत असे. त्याचे अनाहूत सल्ले ऐकून दुसरा चित्रकार त्याला, "आपण सांगितलं, यासाठी धन्यवाद." इतकेच म्हणायचा.

हा क्रम कित्येक वर्षे तसाच सुरू राहिला आणि सातत्याने निंदेचा शिकार बनणारा चित्रकार हळूहळू प्रसिद्धीच्या झोतात आला. त्याचा मत्सर करणारा चित्रकार अर्थातच जिथे होता तिथेच राहिला. त्याला कधी प्रसिद्धीही मिळाली नाही आणि तो महानही झाला नाही. पण एके दिवशी अचानक त्याला जाणीव झाली, 'ज्याची मी नेहमी निंदा करायचो तो आज कुठल्याकुठे पोहोचला आहे आणि मी?...' आता त्याची समज प्रगल्भ झाली, 'त्या चित्रकाराच्या निंदेत मी जितके लक्ष दिले, तितके लक्ष आणि वेळ माझ्या चित्रांसाठी दिला असता तर आज मीदेखील त्याच्यासारखाच यशस्वी चित्रकार झालो असतो.'

इतरांची निंदा करण्याची ज्यांना सवय असते त्यांनी आपले ध्यान आणि ऊर्जा कुठे वापरायची याचा विचार करायला हवा. इतरांच्या उणिवा शोधण्यात की स्वतःमधील त्रुटी शोधून त्या दूर करण्यात? काहींना आपल्यातील दोष दिसू लागताच त्यांच्यात न्यूनगंड निर्माण होऊन ते दुःखी होतात. पण आपल्याला स्वतःमधील दोष किंवा कमतरता शोधून काढायच्या आहेतच. त्याचबरोबर दुःखी होण्याऐवजी ही उणीव या वर्षातच कशी दूर करता येईल यासाठी निश्चित धोरणही आखायचे आहे.

आपण योग्य प्रश्न विचारल्यानंतर निसर्गाकडून कोणत्या ना कोणत्या प्रकारे त्याचे उत्तर नक्कीच मिळते. कधी हे उत्तर आपल्या अंतरंगातून मिळते, तर कधी कुणाच्या तरी संदेशातून सापडते. एखाद्या पुस्तकातून कधी उत्तराची दिशा मिळते. कधी-कधी स्वप्नामध्येही जाणीव होते, तर कधी श्रवण, सेवा, भक्तीच्या सान्निध्यात उत्तर मिळून जाते. फक्त यासाठी आपल्याला एकच निश्चय करावा लागेल, की आज दिवसभर मी जो प्रवास करणार आहे, त्यात माझ्या या गोष्टीचे उत्तरनक्की मिळेल.

केवळ हा निश्चय केल्यामुळेच कित्येकदा आपल्याला या प्रश्नाचे उत्तर मिळते, की 'समोरच्यामध्ये वारंवार अडकणाऱ्या माझ्या मनाची ही समस्या दूर करण्यासाठी मी काय काय करायला हवे?' मग आपल्या प्रार्थनेनुसार निसर्ग आवश्यक ती सर्व व्यवस्था करतो. त्यानंतर आपल्याला आवडणारी माणसे आपल्या जीवनात येतात आणि आपल्याला जे-जे हवे आहे त्यानुसार सगळे घडू लागते.

■

खंड ५

संत एकनाथांची शिकवण

२१

सर्वात मोठे दान

आजपर्यंत अन्नदानाला सर्वश्रेष्ठ दान समजले आहे. परंतु यापेक्षाही सर्वात मोठे दान जे आहे, ते म्हणजे, 'स्व-स्वरूपदर्शन दान'. संत एकनाथांनी लोकांना स्व-स्वरूपदर्शन दान दिले. मात्र, अन्नदान आणि स्व-स्वरूपदर्शन दान या दोन्हींमध्ये खूप फरक आहे. मनुष्य मोक्षाच्या चौकटीपर्यंत पोहोचतो. म्हणजेच त्याच्यात जिवंतपणी मोक्ष प्राप्त करण्याची इच्छा जागृत होते. त्या वेळी त्याचे पोट रिकामे असेल तर ती चौकट ओलांडणे त्याच्यासाठी अवघड होते. म्हणूनच ज्ञानाच्या गोष्टी करण्यापूर्वी आणि भजने ऐकण्याआधी मनुष्याचे पोट भरलेले हवे. यासाठीच अन्नदानालाही महत्त्व असून लोकांची ती आवश्यकतादेखील आहे.

भगवान बुद्धांनी आपले शरीर वाळवून लाकडाप्रमाणे कडक बनवले होते. त्यामुळे त्यांच्या शरीराला इतके काठिण्य आले होते, की त्यांच्या पोटात जर कुणी हात घातला असता तर पाठीच्या कण्याचे हाडच हाताला लागले असते. त्यानंतर त्यांनी पोटात अन्न गेल्यावर अचानक घडणाऱ्या आंतरिक अवस्थेतील बदलाचा स्वानुभव घेतला. त्या वेळी लक्षात आले, की शरीरातील एकेक पेशी कशी जिवंत होते. शिवाय हे शरीरच पात्र नसेल तर आपण सत्यामध्ये स्थापितही होऊ शकत नाही.

आजही लोक अन्नदान करतात. पण त्यांना स्व-स्वरूप दानासंबंधी ठाऊकही नसते. मनुष्याला जी गोष्ट समजत नाही ती त्याच्यापासून दूर जाते आणि आपसूकच तिथे पूर्ण

विराम (Full Stop) लागतो. त्यामुळेच 'सर्वात श्रेष्ठ अन्नदान'नंतर पूर्णविराम लागला. ज्याप्रमाणे येशू म्हणाले होते, 'मी ईश्वराचा पुत्र आहे.' या ओळीनंतर स्वल्पविराम होता. पण यानंतर त्यांनी आणखी एक ओळ सांगितली होती. मात्र, एखाद्याने हे वाक्य स्वल्पविरामापर्यंतच ऐकले तर या महावाक्याचा जो लाभ मिळायला हवा, तो त्याला मिळणार नाही. कारण येशूंनी संपूर्ण ओळ सांगितली होती, 'मी ईश्वराचा पुत्र आहे, तुम्हीदेखील आहात. जे मी करू शकतो, ते तुम्हीही करू शकता.'

अशा प्रकारे 'सर्वात श्रेष्ठ अन्नदान'नंतर स्वल्पविराम होता आणि पूर्ण वाक्य होते, 'सर्वात श्रेष्ठ अन्नदान, परंतु त्यापेक्षाही मोठे म्हणजे स्व-स्वरूपदर्शन दान.' ज्यामध्ये मनुष्याला स्व-स्वरूपाचे ज्ञान होते. त्यामुळे हे दान अन्नदानापेक्षाही महान आहे.

आता प्रश्न निर्माण होतो, की स्व-स्वरूपदर्शन दानामध्ये असे काय आहे ज्यामुळे याला सर्वश्रेष्ठ दान मानले आहे? हे दान ज्याला मिळते तो मायेच्या तावडीतून सुटतो. मायेचे जंजाळ त्याला आपल्या मुठीत ठेवू शकत नाही. मायेचा पंजा जेव्हा मनुष्याला पाठीमागून विळखा घालतो त्या वेळी त्याला तो दिसत नाही. म्हणूनच तिच्या पकडीतून सुटण्याचा कुणी प्रयत्नही करत नाही. मायेच्या तावडीत सापडणाऱ्या मनुष्याचे निर्णयदेखील अत्यंत आश्चर्यकारक असतात. ही बाब साप आणि बेडकाच्या काल्पनिक उदाहरणातून समजून घेऊ या.

साप आणि बेडूक यांचे उदाहरण

समजा, एका सापाने बेडकाला पाठीमागून पकडले आणि त्याला वर उचलले. हे दृश्य पाहताना त्या बेडकाच्या जीवाला असणारा धोका आपल्याला स्पष्टपणे दिसतो. पण बेडूक या गोष्टीपासून पूर्णपणे अनभिज्ञ आहे. त्याचे सगळे लक्ष किडे, कीटक, जीवजंतू पकडण्या-खाण्याकडे आहे. हवेत उचलल्याने त्याचा गैरसमज होतो, की 'माझ्या बाबतीत काहीतरी चांगले घडले आहे. माझा विकास झाला आहे आणि त्यामुळे मी थोडा वरही आलो.'

इथे बेडकाची जी स्थिती आपल्याला दिसते, अगदी तशीच अवस्था मायेत फसणाऱ्या मनुष्याची होते. मायेमध्ये अडकणारा मनुष्य अशाच प्रकारे विचार करतो. त्याला वाटते, की 'माझ्याकडे इंटरनेट फ्री असणारी मोबाईल सर्व्हिस आहे.' मग तो दिवसभर आपल्या मोबाईलवरच व्यस्त राहतो आणि फ्री इंटरनेट चालवून डबल पैसा वसूल करतो. इंटरनेटचा वापर हा ठरावीक कालावधीसाठीच मोफत असल्याने एक मिनिटही वाया न घालवता तो सतत इंटरनेटवरच असतो. मनुष्याला यामध्ये आनंद मिळतो खरा; पण आपल्या मागे असणारा मायारूपी साप त्याला दिसत नाही.

समजा, तो बेडूक सापाच्या म्हणजेच मायेच्या जबड्यातून बाहेर पडला तर मुक्त होऊन आनंदी होण्याची त्याची शक्यता वाढेल. पण तो सापाच्या जबड्यात आहे हेच त्याला ठाऊक नसल्यामुळे त्यातून तो कधीही बाहेर पडू शकत नाही. अशा गोष्टींमध्ये अडकून पडल्यामुळे मनुष्य तोच निर्णय घेतो ज्यामुळे त्याच्या भोवतीचा मायेचा पिंजरा अधिकच मजबूत बनतो.

मनुष्याची ही अवस्था सद्‌गुरूंना स्पष्टपणे दिसत असते. त्यामुळेच सद्‌गुरूंना त्याला सावध करायचे असते, 'तू मायेच्या मोठ्या सापळ्यात फसला आहेस.' पण त्याला ही गोष्ट सांगितल्यावर तो तर्काच्या साहाय्याने विचार करेल, 'मी कुठे फसलो आहे... माझे तर सगळे मजेत सुरू आहे... माझ्या आयुष्यात सगळे काही छान, सुरळीत घडत आहे...' म्हणूनच ही बाब त्याला स्पष्टपणे सांगता येत नाही. त्यामुळे सुरुवातीला त्याच्याकडून हळूहळू तयारी करवून घेतली जाते. त्यातूनच आपण कुठे फसलो आहोत, ही गोष्ट त्याला समजते. यालाच 'स्व-स्वरूपदर्शनाचे दान' असे म्हणतात.

मनुष्याला स्व-स्वरूपदर्शनाचे दान मिळाले नाही तर तो भरकटतो. त्याचे आयुष्य हे सापाने अर्धवट गिळलेल्या आणि क्षणार्धातच संपूर्ण गिळंकृत बेडकाप्रमाणे होते. मायेच्या सापळ्यात अडकणाऱ्या मनुष्याच्या चेतनेचेही अल्पावधीच पतन होते, ती नष्ट होते. मग अध:पतनाचा हा कालावधी एका वर्षाचा, दोन वर्षांचा किंवा त्यापेक्षा जास्तही असू शकतो. परंतु चेतना नष्ट होते हे निश्चित. त्यानंतर माणुसकीला काळिमा फासणारी कृत्ये तो नि:संकोचपणे करतो.

एखाद्या मनुष्याच्या जीवनाचा इतका भयानक आलेख सद्‌गुरूंना स्पष्टपणे दिसत असताना ते त्याला हाच उपदेश देतील, 'हे स्व-स्वरूपदर्शन दान ग्रहण करून मायेच्या सापळ्यामधून बाहेर पड. त्यामुळे तुला स्वत:च्या स्व-स्वरूपाचे दर्शन घडेल.'

त्या मनुष्याच्या आयुष्यात सद्‌गुरूंचे आगमन म्हणजे त्या बेडकाच्या हातात सेल्फी स्टिक देण्यासारखेच आहे. वरील उदाहरणातील बेडकाच्या हातात जर सेल्फी काढण्यासाठी मोबाईल आणि सेल्फी स्टिक दिली तर त्याला काय दिसेल? सेल्फीमध्ये स्वत:ला बघताना बेडकाला पहिल्यांदाच आपल्या शरीराचे दर्शन होईल. सद्‌गुरूंकडून ज्ञान मिळवल्यानंतर मनुष्याच्या हातात हीच सेल्फी स्टिक येते. सद्‌गुरू त्याला सांगतात, 'सेल्फीच आहे, तू आहेस किंवा नाही, हे निश्चित कर.' बेडकाप्रमाणे मनुष्य जेव्हा स्व-दर्शन करतो तेव्हा त्यालादेखील पहिले दर्शन शरीराचेच होते. कारण शरीर केवळ निमित्त आहे, आरसा आहे. हे दर्शन घडत असतानाच आपल्या मागे असणारा मायारूपी सापही आपल्याला दिसेल. कारण सेल्फी घेताना त्या सापानेदेखील आपल्याबरोबर फोटो काढून

घेतला आहे. परंतु मायेचा साप हा अदृश्य असल्याने त्याला पाहण्यासाठी ज्ञानाच्या दर्पणाची गरज असते.

हे उदाहरण वाचल्यानंतर आपल्याला सापाच्या अस्तित्वाची जाणीव स्पष्टपणे झाली असेल आणि बेडूक किती मूर्ख आहे हेदेखील व्यवस्थित लक्षात आले असेल. तरीही महत्त्वाचा प्रश्न हा, की आपली अवस्था कशी आहे? कारण आपल्यालाही मायारूपी साप दिसत नाही. ज्ञानाच्या दर्पणात आपल्याला ज्या वेळी मायारूपी सापाचे दर्शन होते, त्या वेळी लक्षात येते, 'याच्यापासून बचाव करण्यासाठी मी माझ्या जीभेऐवजी पायांचाच जास्त उपयोग करायला हवा आणि हीच गोष्ट सर्वप्रथम करायला हवी.' कारण जीभ तर केवळ चमचमीत, खुसखुशीत, मसालेदार पदार्थ खाण्यासाठी अधीर असते. असे पदार्थ पोटात गेले नाहीत तर आयुष्य बेचव वाटते. आपल्या आत असलेला बेडूक याच गोष्टींसाठी उड्या मारत राहतो, की 'ज्या कीड्याचा मी स्वाद चाखायला हवा असा कोणता नवीन कीडा मार्केटमध्ये आला आहे... अशी कोणती स्किम आली आहे, जी माझ्यासाठी उपयुक्त आहे...'

वास्तविक ही सापाची भाषा आहे. मायारूपी सापाचे विष जेव्हा काम करते त्या वेळी मनुष्य असाच विचार करून त्यानुसार निर्णय घेतो. सापाने पकडल्यावर त्याचे विष आपल्या शरीरात जाते. त्याच भिनलेल्या विषामुळे अशी भाषा, असे निर्णय बाहेर पडतात, 'जर काही फ्री मिळत असेल तर पूर्ण फायदा घ्या. सगळे वसूल करा.' समजा विषदेखील मोफत मिळत असेल तर ते घेण्यासाठीही मनुष्य उतावीळ होतो. फक्त त्याला विषाऐवजी एखादे छानसे नाव दिले जाते. शिवाय मनुष्याला त्याची चव आवडतेही! मायेमध्ये मनुष्य इतका आंधळा झाला आहे, की फुकट मिळणारे विष खाण्याचीही त्याची तयारी असते.

अशा प्रकारे सापाच्या विषाने आपल्यावर केलेला भयानक परिणाम दिसल्यानंतरच आपण त्याच्या प्रभावामधून बाहेर याल. मायारूपी साप प्रकाशात येण्यासाठी आपल्याला मननाची सवय लावून घ्यावी लागेल. त्याचबरोबर वेगवेगळ्या परिस्थितींमध्ये स्व-दर्शन आणि शरीराचे दर्शन म्हणजेच निरीक्षण करावे लागेल. त्यानंतरच स्पष्टपणे आपल्या लक्षात येईल, की 'हा साप मला हळूहळू गिळून टाकत आहे आणि माझ्या पूर्वग्रहांनुसारच मी निर्णय घेत असल्यामुळे मला दुःखही होत आहे.'

मननाचा निर्णय घेऊन आपण एक नवीन काम करत आहात. हा निर्णय आपल्याला सांगत आहे, की आपण सेल्फी काढलेली असून त्यामध्ये आपल्याला मायारूपी सापाचे दर्शनही घडलेले आहे. नाहीतर दररोज कित्येक माणसे सेल्फी काढून सोशल मीडियावर

आपले फोटो टाकतात. त्या फोटोंबाबत कुणी चुकीच्या कॉमेंट्स लिहिल्या तर लोकांना वाईट वाटते. कारण ते स्वतःला शरीर समजूनच प्रत्येक कार्य करतात. म्हणूनच कुणी शरीराचे फोटो पाहून निंदा केली तर लोकांना वाटते, की हे त्यांच्यासाठीच बोलले जात आहे. प्रत्यक्षात अपशब्द बोलणारा किंवा निंदा करणारा मनुष्य हा स्वतःची दृष्टी कशी आहे आणि त्याला काय दिसत आहे हेच त्या निंदेमधून सांगत असतो. निंदकांचे बोलणे ऐकून, त्याच्यावर मनन करून त्याचा लाभ आपल्या आयुष्यात घेण्याची कला आता शिकायची आहे.

■

२२

मायेची योजना ओळखा

एकनाथांना आपले गुरू जनार्दन स्वामी यांच्याकडून विठ्ठल भक्तीची देणगी मिळाली. 'भगवंत भावाच्या शक्तीमुळे विकला जातो' ही त्यांची भक्तीसंबंधीची मूळ शिकवण होती. इथे भाव म्हणजे भावना असा अर्थ आहे. अर्थात, भावना भक्तीची असेल तर भगवान विकला जातो. ही बाब अशा प्रकारेही सांगता येईल, की जे अतुलनीय आहे, ते भक्तीमध्ये तोलले जाते. कोणत्याही तोलू (तुलना करणाऱ्या) मनात ईश्वराला तोलण्याइतके सामर्थ्य नक्कीच नसते. पण भक्तीमध्ये ती अमर्याद शक्ती असल्याने ईश्वरही भक्तीत तोलला जातो.

संत एकनाथ कृष्णभक्ती करत. रुक्मिणीविषयी लिहिलेल्या कहाणीमध्ये त्यांनी तिच्या भावदशेचे सविस्तर वर्णन आणि भक्तीच्या शक्तीची प्रशंसा केली आहे. कथेनुसार, एकदा श्रीकृष्णाची तुला करण्याचे ठरते. त्या वेळी एका पारड्यात कृष्ण तर दुसरीकडे तुळशीचे पान असते. आत्यंतिक भक्तिभावाने ठेवलेल्या त्या एका पानानेही श्रीकृष्णाची तुला होते. अतुलनीय अशा श्रीकृष्णांचे पारडे तुळशीच्या फक्त एका पानाने झुकले, त्यांची तुला झाली ही फक्त भावनेचीच कमाल म्हणता येईल. मायेमध्ये फसणाऱ्या लोकांनी सावध राहावे म्हणून एकनाथांनी या कथेच्या माध्यमातून भक्तीच्या शक्तीचे हे एक उत्कृष्ट उदाहरण मांडले आहे.

संत एकनाथ म्हणतात, 'एखाद्या वांझ स्त्रीला मूल होते आणि लोक त्याची

जन्मपत्रिका बनवतात. ही बाब जितकी असत्य आहे तितकीच खोटी माया आहे.' मायेमध्ये लोक असे काही गुरफटतात, की त्यातून बाहेर पडण्यासाठी त्यांना बळाची, ताकदीची गरज पडते. मग ही ताकद आज्ञेची, गुरुश्रद्धेची, सेवा-भक्तीची अशी कोणतीही असू शकते. हे बळ मायेकडून काम करवून घेते. नाहीतर मायेचा गुलाम बनून तिचेच कोडकौतुक करण्याचे व्यसन कधी लागले हे मनुष्याला समजतही नाही. जसे, एखादा दारू पिणारा मनुष्य दारूच्या आहारी जाऊन तिचेच गुणगान गात राहतो. अशा लोकांना सत्याच्या मार्गावर चालण्यासाठी प्रवृत्त केले तर त्यांचे पाऊल जागचेही हालत नाही. अशा प्रकारच्या मायेमध्ये आपल्याला अडकायचे नाही.

त्या काळातील आणि आताच्या काळातील मायेमध्ये जमीन-अस्मानाचे अंतर आहे. त्यामुळेच मागील शतकांमध्ये जाणवली नसेल इतकी भक्तीची तीव्र आवश्यकता आताच्या काळात आहे. आज मायेची ताकद जबरदस्त वाढली असून ती वेगवेगळ्या अदृश्य पद्धतींनी मनुष्यावर हल्लेही करत आहे. टीव्हीवरील जाहिराती प्रत्यक्षात मायेची प्रलोभने आहेत हे समजत नसल्याने मनुष्य त्यांनाच आपल्या जीवनाचे लक्ष्य समजतो. हे लक्ष्य गाठण्यासाठी तो प्रयत्नांची पराकाष्ठा करतो. यासाठी तो लोकांबरोबर भांडतो, घरातील शांततेचा भंग करतो, चुकीच्या मित्रांची संगतही धरतो. तरीही तो काय करत आहे, हे त्याला समजत नाही.

मायेचा हल्ला सातत्याने सुरूच असल्यामुळे मनुष्याने प्रत्येक श्वास भक्तीबरोबर जोडण्याची आवश्यकता आहे. याच उद्देशाने एकनाथ कीर्तन करत असल्याने त्यांच्या कीर्तनाला येणाऱ्यांची संख्यादेखील हळूहळू वाढत गेली. सुरुवातीला लोक मनोरंजनासाठी, एकपात्री नाटक पाहण्यासाठी येत. मग हळूहळू त्यांना भक्तीचे महत्त्व समजू लागले.

माया म्हणजे मृगजळ

संत एकनाथांनी मायेसंदर्भात खूप गहन शिकवण दिली आहे. मायेला ते मृगजळ म्हणतात आणि त्यामागे धावणारी माणसे पाण्याच्या साठवणीची अर्थात पाणपोईची योजना बनवतात, असे मार्मिक भाष्य ते मायेसंबंधी करतात. उन्हाळ्यात आपण जागोजागी पाणपोई बघितल्या असतील. मृगजळाला पाहून पाणपोई म्हणजेच साठवण करून ठेवण्याचा अर्थ असा आहे, की ज्या भरवशावर आपण कित्येक कामे केली तो विश्वासच खोटा ठरला, प्रत्यक्षात तसे काहीही नव्हते, ही बाब आपल्याला शेवटी समजते. जसे, चमकणारे काजवे पाहून त्यांच्या प्रकाशापासून दिवा पेटवण्याची योजना ही वास्तवात असफलच ठरणार. कारण काजव्यामुळे दिवा पेटत नाही. त्याचप्रमाणे दोरीच्या रूपात

जर सापाचा आभास आपल्याला झाला तर विष नक्कीच चढणार. मनुष्य आयुष्यात असाच भ्रमित होतो. मग त्याला मृत्यूनंतरच्या जीवनात समजते, की 'माझ्या आयुष्यात ज्या गोष्टीसाठी मी सर्व काही केले, ती तर कुठेही नव्हती.' या महाभयंकर धोक्यातून, भ्रमातून मनुष्याला बाहेर काढण्यासाठीच एकनाथांनी अशा उपमांच्या साहाय्याने आपले मत प्रतीकात्मकरीत्या मांडले आहे. 'मायेकडून सुखाची अपेक्षा करणे किंवा मायेच्या भरवशावर आयुष्य जगणे हे एखाद्या मृगजळाप्रमाणेच आहे.'

मायेमध्ये भरकटणारी माणसे आयुष्याला, लोकांना नावे ठेवतात. त्यांच्यासाठी आयुष्य कठीण असे कोडे असते. त्यांच्या आयुष्यात येणारे लोक वाईट, दुष्ट असतात. परंतु आपल्याला जो शत्रू वाटतो त्याचे इतरांबरोबरही वैर आहे का, याचा विचार अवश्य करायला हवा. कारण तो तर फक्त आपल्या मनाच्या कथेमधील– मान्यकथेतील आपला शत्रू आहे. मनाच्या त्या कथेवर आपण जितका विश्वास ठेवाल, भ्रमित व्हाल, तितकाच मायेचा डंख बसेल.

संत एकनाथ सांगतात, 'माझ्या गुरूंच्या आज्ञेमध्ये इतके सामर्थ्य आहे, की मायेच्या विळख्यातून मनुष्य नक्कीच बाहेर येऊ शकतो.' गुरूआज्ञेचे सामर्थ्य म्हणजे, 'गुरूंची आज्ञा इतकी शक्तिशाली आहे, की मायेच्या विळख्यातून बाहेर पडण्याची शक्यता ती निर्माण करू शकते.' त्यामुळेच प्रत्येकाने गुरूला ओळखून, त्यांच्या आज्ञेचे पालन करायला हवे.

संत एकनाथांच्या जीवनात इतस्ततः भरकटण्याचे प्रसंग कधीही आले नाहीत. सर्व प्रकारच्या भरकटण्यापासून त्यांचे आयुष्य मुक्तच होते. त्यामुळे मायेच्या पकडीचीही त्यांच्यावर जादू चालली नाही. त्यातूनही ते सहजपणे बाहेर आले. आजच्या काळात प्रत्येकाचेच जीवन हे वेगवेगळ्या क्षेत्रांत, विविध विषयांत, अनेक गोष्टींत, नानाविध जाहिरातींमध्ये विखुरलेले आहे. उत्तेजित करणाऱ्या एका गोष्टीची पूर्तता होताच मनुष्य नवीन उत्तेजनेच्या मागे लागतो. या धावपळीतून तो स्वतःला नेमकी कोणती सवय लावून घेत आहे, हे त्यालाच समजत नाही.

संत एकनाथांनी बालवयातच ध्रुवबाळाच्या आणि भक्त प्रल्हादाच्या कथा ऐकल्या. संत ज्ञानेश्वरांसंबंधी काही गोष्टी जाणून घेतल्या आणि वयाच्या केवळ सहाव्या वर्षीच त्यांनी एक प्रार्थना केली. संत ज्ञानेश्वरांना आपले गुरू संत निवृत्तिनाथांकडून पहिली आज्ञा मिळाली त्या वेळी, 'इतक्या लहान वयात एवढे मोठे कार्य कसे घडणार' यासारखा कोणताही विचार त्यांच्या मनात आला नाही. गुरूंनी आज्ञा दिली आणि शिष्याने केवळ तिचे तंतोतंत पालन केले. एकनाथांनी संत ज्ञानेश्वरांच्या या सगळ्या कथा ऐकलेल्या

होत्या. त्यामुळे निवृत्तिनाथांकडून संत ज्ञानेश्वरांना मिळालेली आज्ञा (ज्ञानेश्वरी) म्हणजे पुढील पाचशे वर्षांची तयारी होती. शिवाय हे असे बीज होते, जे बाल्यावस्थेतच एकनाथांच्या आत रूजले गेले. यावरून आपल्या लक्षात आले असेल, की गुरू जेव्हा एखादी आज्ञा देतात त्या वेळी तिचा प्रभाव कसा सर्वदूर पसरतो. गुरूआज्ञेचे हे सामर्थ्य सामान्यतः मनुष्याला ठाऊक नसते.

■

२३

तक्रार करण्याची अनोखी पद्धत

संत एकनाथ आणि त्यांच्या पत्नीचा समस्यांकडे पाहण्याचा दृष्टिकोण वेगळा होता. आयुष्यात चांगली माणसे, समृद्धी, स्वास्थ्य भरभरून मिळावे अशी प्रत्येकाचीच इच्छा असते. यासाठी अगोदर स्वत: आनंदी राहायला हवे ही गोष्टच तो विसरतो. कारण खूश राहूनच ईश्वरावरील आपला विश्वास प्रकट करता येतो. सामान्यत: मनुष्याला आपल्या मनाचे ऐकून छोट्याछोट्या गोष्टींमुळे दु:खी होण्याची आणि तक्रार करण्याची सवय असते.

मात्र, आता जागृत होण्याची वेळ आली आहे. त्यामुळे मनाच्या सांगण्यावर ताबडतोब विश्वास ठेवण्याआधी थोडे सावध व्हा, त्याचे म्हणणे पारखून घ्या. मन कधीही काहीही बोलले तरी त्या वेळी स्वत:ला सांगा, 'मला जरी असे वाटत असले, तरीही खरे काय आहे याचे मला निरीक्षण करायचे आहे, तेव्हाच मला सत्य समजेल.' याऐवजी एखाद्या गोष्टीवर, घटनेवर आपण ताबडतोब शिक्कामोर्तब केले तर दु:खाला सुरुवात होईल. याच कारणामुळे कित्येक जण जीवनामध्ये प्रत्यक्षात न मिळणारे दु:खच भोगत राहतात. परंतु आपण स्वत:वर प्रेम करत असाल तर कोणतेही दु:ख भोगणार नाही. कारण दु:ख सहन करायचे किंवा नाही ही तर वैकल्पिक बाब आहे. त्यामुळे आता दु:ख आल्यानंतर ते न भोगण्याचाच निश्चय आपण कराल. कारण आपल्याला ठाऊक आहे, की 'मी आनंदात जगतो. माझे स्वत:वर प्रेम आहे. इतरांनी माझी किंमत ठेवावी किंवा नाही, हा त्यांचा प्रश्न आहे. पण मला माझा आदर करायचाच आहे.'

संत एकनाथ आणि त्यांच्या पत्नीलाही कित्येक अडीअडचणींना सामोरे जावे

लागले. तरीही कोणत्याही अडचणीचा बाऊ न करता, कशाचीही तक्रार न करता ते आदर्श जीवन जगले. ही गोष्ट त्यांच्या जीवनाचा बारकाईने अभ्यास केली तर आपल्या नक्कीच लक्षात येईल.

'लोक अमुकअमुक कार्य करत नसल्यामुळे मी दु:खी आहे' असा विचार आपण लोकांच्या बाबतीत केला, तर आपणदेखील तेच करत आहात जे लोक करत आहेत. आपणही स्वत:ला तितकेच दु:ख देत आहात, जितके लोक आपल्याला देत आहेत. त्यामुळे अगोदर आपल्या चुका सुधारा आणि समजून घ्या, की 'मीदेखील तीच चूक करत आहे, मीही स्वत:वरच दगड फेकत आहे.' त्यामुळे आधी स्वत:ला सुधारून मगच बाकीचे लोक असे का वागतात, ही तक्रार करायला हवी. आपण स्वत:लाच दगड मारणे बंद कराल त्या वेळी आपल्या आत वारंवार निर्माण होणाऱ्या तक्रारीही विलीन होतील. तेव्हाच आपल्याला कोणत्या नाइलाजास्तव लोक असे वागत आहेत हे समजेल.

गोपींच्या तक्रारी

कृष्णाच्या खट्याळ खोड्यांमधून गोपींना कोणता बोध मिळत होता हे श्रीकृष्ण आणि भक्तीच्या उदाहरणातून संत एकनाथांनी सांगितले आहे. गवळणी यशोदेकडे तक्रार करतात, 'यशोदे! तुझा कृष्ण बघ किती द्वाड आहे. त्याने आमच्या घराची दारे उघडली, ज्यामुळे आमच्या भ्रमाचे दरवाजेदेखील मोकळे झाले.' या तक्रारीचा गाभा लक्षात घ्या. पुढे त्या अशीही तक्रार करतात, की 'कृष्णाने अचूक नेम धरून आमचे घडे असे काही फोडले जणू आमच्या अहंकाराच्या मडक्यावर तो नेम बसून त्याचा चक्काचूर झाला. आमच्या घरातील तिपाईची तर कृष्णाने अशी दशा केली की विचारूच नका. जणू काही ती त्रिगुणी तिपाई होती. कोणती कुठे गेली ते समजलेही नाही.' इथे त्रिगुणीचा अर्थ तम, रज आणि सत्त्व असा आहे. म्हणजेच त्या गवळणी त्रिगुणातून मुक्तीच्या दिशेने चालल्या होत्या. गवळणी यशोदेला असेही सांगतात, 'आमच्या घरातील ताक कान्हाने असे काही लवंडून दिले, ज्यामुळे संपूर्ण विश्वावरच त्याचे सिंचन घडले. आम्ही इतरत्र न फसता कान्हाबरोबर राहण्याचा निश्चय केला, हे किती चांगले झाले! नाहीतर मनाच्या जाळ्यात अडकून आम्ही कृष्णालाच सोडून दिले असते.'

संत एकनाथांनी गवळणींची भक्ती किती नावीन्याने मांडली आहे हे आता आपल्या लक्षात आले असेल. तसे बघितले तर प्रत्येकालाच आपल्या आयुष्यात कोणत्या ना कोणत्या गोष्टीबाबत तक्रार असतेच. परंतु गवळणींच्या माध्यमातून संत एकनाथांनी तक्रारींकडे पाहण्याचा जो दृष्टिकोण सांगितला आहे, तो अंगीकारला तर प्रत्येक जण तक्रारशून्य, तक्रारविरहित जीवन जगण्याचा आनंद घेऊ शकेल. ■

२४

एकनाथांची भक्ती आणि चिंता

जनार्दन स्वामींच्या आज्ञेनुसार संत एकनाथांच्या शरीराच्या माध्यमातून विविध कार्ये घडली. तितक्या उंचीची कार्ये आपल्या हातून कशी घडेल, याविषयी आपले मन निरनिराळ्या शंका उपस्थित करेल. जसे, 'हे मला कसे जमणार... हे तर माझ्याकडून होणारच नाही... हे तर खूपच कठीण आहे... मी तर स्त्री आहे... मी गरीब आहे... माझ्या बाबतीत असे घडूच शकत नाही... माझे कुटुंबच इतके मोठे आहे, की मला यासाठी वेळच देता येणार नाही...' स्वत:पलीकडे विचार करताना मन किती कारणे सांगते हे यावरून आपल्या लक्षात आलेच असेल.

संत एकनाथांनी मनाचे सगळे बहाणे ओलांडले. श्रद्धा, भक्ती आणि सर्वात महत्त्वाचे म्हणजे सत्याची तीव्र आस यांच्या आधारे त्यांनी गुरूंच्या आज्ञेचे पालन केले. याव्यतिरिक्त ना त्यांच्याकडे दुसरा कोणताही उद्देश शिल्लक होता ना अन्य कोणतीही प्रार्थना! त्यांना केवळ अंतिम सत्य जाणून घ्यायचे होते. त्या अंतिम सत्यासाठीच तर ध्रुवबाळाने भक्ती केली. अंतिम सत्याच्या ओढीनेच भक्त प्रल्हादाची भक्ती पणाला लागली आणि त्याला हरिदर्शन घडले. आपल्याला अशा भक्तश्रेष्ठींच्या कथा वाचून किंवा ऐकून वेगवेगळे प्रश्न निर्माण होतात. 'त्यांनी असे काय केले, अशी कोणती भक्ती केली, ज्यामुळे ईश्वर स्वत: त्यांच्यासमोर हरीच्या रूपात प्रकटला? मनुष्याच्या आत असे काय असते, की उच्च चेतनेलाही पृथ्वीवर उतरावे लागते?' खरे तर ही गोष्ट प्रत्येक

शरीराच्या बाबतीत घडण्याची शक्यता आहे. कारण प्रत्येक शरीर म्हणजे जणू एक प्रयोगशाळाच आहे. शरीरामध्ये भक्ती, सेवा, श्रवण आणि सत्य यात्रा यांसारखे पदार्थ टाकले जातात तेव्हा त्यांच्या संयोगातून एक प्रतिक्रिया तयार होते. मग अशी ग्रहणशीलता निर्माण होते, की उच्च चेतनेला अवतीर्ण व्हावेच लागते.

कित्येकांना ईश्वराच्या अवताराच्या, प्रकटण्याच्या गोष्टी या केवळ कथांमध्येच असतात असे वाटते. त्यामुळे त्यांना त्याबाबतीत मनन करावसे वाटत नाही. प्रत्यक्षात आपल्यामध्येही अशा प्रकारची शक्यता दडलेली असून आपणही अशी उच्चतम भक्ती करू शकतो. भक्तीबाबत सखोलपणे मनन केल्यानंतरच तिचे पैलू, सघनता समजते.

आता, थोडा वेळ हे पुस्तक बाजूला ठेवा आणि या गोष्टीवर मनन करा, की 'ही उच्च चेतना आपल्या शरीरातही उतरू शकते असा विश्वास आपल्यामध्ये जागृत झाला आहे का?' अत्यंत प्रामाणिकपणे स्वतःला प्रश्न विचारा, 'आपण हे बोलायचे म्हणून बोलत आहोत, की प्रयोगशाळेप्रमाणे असणाऱ्या आपल्या या शरीरात असंख्य विकार, वृत्ती अस्तित्वात असूनही उच्च चेतना प्रकटावी, आपल्यामध्ये अशी भक्ती समाविष्ट व्हावी, असे ज्ञान उतरावे, सेवेबाबत असे आग्रही बनावे आणि असे श्रम घडावेत, ज्यामुळे उच्च चेतनेसंबंधी ग्रहणशीलता तयार व्हावी, असे खरोखरच वाटते का?'

आपल्याला भक्ती आणि भक्तीची शक्ती ही अपूर्णपणे नाही, तर संपूर्णपणे समजून घ्यायची आहे, हे लक्षात घ्या. भक्तीच्या वेगवेगळ्या पैलूंसंबंधी जागृती घडवूनच म नुष्याची भक्ती वाढवता येते. त्यामुळे स्वतःला विचारा, 'माझ्या जीवनामध्ये भक्तीची गंगा वाहत आहे का?' भक्तीविषयी जितके ऐकत जाल तितकी ती आपल्यात जागृत होत जाईल. भक्ती आणि ज्ञानाने आपापली भूमिका योग्य प्रकारे निभावली तर संपूर्ण समर्पण संभवते. ज्ञानापासून मुक्ती मिळते, तर भक्तीमुळे मुक्ती टिकते.

भक्ताची भाषा

भक्त आणि ईश्वर यांच्याविषयी संत एकनाथ सांगतात, 'भक्त भक्तीला ईश्वरापेक्षाही श्रेष्ठ मानतो आणि जाणतो.' हे वाचल्यानंतर पहिला विचार हाच येईल, की एकाग्रतेचे शिरोमणी, संतकवी 'एकनाथ' हे भक्तीला भगवंतापेक्षाही श्रेष्ठत्वाचा दर्जा देऊ शकतात.

खरोखरच भक्ती इतकी ताकदवान आहे, जिच्या अमृतप्राशनामुळे ईश्वराचे जीवन सुरू राहते? प्रत्यक्षात या गोष्टी शब्दांमध्ये वाचताना आपल्याला थोडेसे वेगळे, विचित्र वाटेल. ईश्वरालादेखील जगण्यासाठी कशाचीतरी गरज असते का, असा प्रश्नही पडेल. पण ही भाषा भक्ताची आहे. भक्त ज्या पद्धतीने वर्णन करतो प्रत्यक्षात तसे अजिबातच नसते. तरीही भक्ती जागवण्यासाठी, तिचे महत्त्व विशद करण्यासाठी, ज्या गोष्टी

शब्दांत मांडता येत नाहीत त्यांबाबत अशाच पद्धतींनी सांगितले जाते. संत एकनाथ तर अखंडितपणे भक्तीमध्येच असत. तरीही, त्यांच्या आयुष्यात काही काळजी असलीच, तर ती समोर बसलेल्या भोळ्याभाबड्या लोकांना मुक्ती कशी मिळेल, याचीच होती.

एकनाथांची चिंता

त्या काळातील लोक खरोखरच खूप भाबडे होते. कुणीही पाखंडी त्यांना सहजपणे फसवून त्यांच्याकडून कोणतेही कर्मकांड करवून घेई. आपल्या फायद्यासाठी कुणीही यांच्याकडून उलटीसुलटी कामे करवून घेई. ही स्वार्थी माणसे भोळ्याभाबड्या लोकांना अशी पापकर्मेही करायला लावत जी प्रत्यक्षात त्यांच्याच पायावर कुऱ्हाड पाडून घेण्यासारखी असत. मग अशा लोकांना मुक्ती कशी मिळणार? त्या काळात ज्ञानाच्या उच्चतम गोष्टी बोलणाऱ्यांसाठी, संस्कृत शिकणाऱ्यांसाठी विविध ग्रंथ, ज्ञानसामग्री उपलब्ध होती. पण संस्कृत भाषेचा गंधही नसणाऱ्या भोळ्याभाबड्या जनतेसाठी कोणतेही ज्ञानसाधन, साहित्य नव्हते. याच कारणामुळे जनसामान्यांविषयी कळवळा असणाऱ्या संत एकनाथांच्या माध्यमातून मराठी भाषेत ओव्यांची रचना, ग्रंथांची आणि अभंगांची निर्मिती झाली.

अशा कार्यांमधूनच सर्वसामान्यांमध्ये भक्ती जागृत करण्यासाठी संत एकनाथ सक्षम बनले. स्वत:मध्ये भक्ती निर्माण करणे हीदेखील एक मोठी गोष्ट आहे. एकनाथांनी तर गुरूंच्या पराक्रमामुळे आणि आज्ञेद्वारा स्वत:बरोबरच इतरांमध्येही भक्ती जागृत केली. सामान्यत: ज्यांना जन्मजातच भक्तिमय वातावरण लाभते त्यांना मोफत मिळणाऱ्या भक्तीचे मोल समजत नाही. वास्तव तर हे आहे, की भक्ती सहजासहजी निर्माण होत नाही. एकदा का ती आपल्यामध्ये जागृत झाली तर भक्तीपेक्षा अन्य कोणतीही गोष्ट श्रेष्ठ सरस वाटत नाही.

भक्ती जागृत झाल्यानंतरही काही जण इतरांचे पाहून दिखाऊ किंवा आभासी सत्यामध्ये* आपली भक्ती गमावतात. असे वागून त्यांनी स्वत:चे किती मोठे नुकसान केले आहे हेदेखील त्यांना समजत नाही. कित्येकदा उपजीविकेचे कारण सांगून किंवा इतरांचे बोलणे किंवा टोमणे ऐकायला लागू नयेत म्हणूनही लोक सत्संगाचा मार्ग बंद करतात. याचाच अर्थ, त्यांच्या आत भक्ती रुजायला नुकतीच सुरुवात होत होती, पण तितक्यात भक्तीचा राजमार्ग-सत्संगच त्यांनी बंद केला. प्रत्यक्षात भक्तीसंबंधी व्यक्त होऊन, तिच्याविषयी ऐकूनच ती वाढते. त्यामुळे भक्ती जागृत होणे हे खूप मोठे वरदान

---

* आभासी किंवा दिखाऊ सत्याचा अर्थ आहे, जे दिसते परंतु सत्य नसते.

असते, ही बाब अशा लोकांना समजत नाही. परिणामी, त्यांना ज्या सहजतेने भक्ती प्राप्त होते तितक्याच सहजपणाने ते भक्तीला गमावूनदेखील बसतात. तेव्हा, मिळालेल्या भक्तीसाठी मनातल्या मनात धन्यवादाचे भाव जागृत व्हावेत. आपल्या विकारांनाही वरचढ ठरेल अशी उंची भक्तीने गाठावी. तेव्हाच भक्तीची शक्ती आपली मदत करेल आणि आपण विकारांमधून लीलया बाहेर पडाल.

■

२५

गुडघ्यांवर चालणारा देव

संत एकनाथांनी देवाचे वर्णन करताना सांगितले, 'एक असा देव आहे, जो गुडघ्यांच्या जोरावर चालतो. कारण तो एका पायाने लंगडा आहे.' हे वर्णन वाचल्यानंतर कुणालाही असेच वाटेल, की ' वेगवेगळ्या देवांच्या तसबिरी आम्ही बघितल्या आहेत. त्यांच्या कथाही ऐकल्या आहेत. पण त्यामध्ये गुडघ्यांवर चालणाऱ्या आणि लंगडा असणाऱ्या देवासंबंधी कधी ऐकले नाही.'

अशा गोष्टी ऐकताना शब्दांमध्ये न अडकता त्यामागील अर्थ समजून घेण्याचा प्रयत्न करा. वरील कथनाचा अर्थ समजून घेण्याआधी या गोष्टीचा अर्थ लक्षात घ्या, 'असा एक देव आहे ज्याला फक्त एकच– उजवा म्हणजेच राईट हँड आहे.' या वाक्यावर आपण असेच म्हणाल, 'डावा हातच नाही तर दुसऱ्या हाताला उजवा हात कसे म्हणता येईल?' परंतु हाच तर तर्क आहे. प्रत्यक्षात या वाक्याचा अर्थ असा आहे, की प्रत्येक बाबतीत, प्रत्येक घटनेमध्ये ईश्वराचा हात असून तो उजवा हात आहे म्हणजेच राईट आहे. कारण ईश्वर कधीही चुकीचा नसतो. तो नेहमी राईट म्हणजे योग्यच असतो.

मनुष्य आकारात किंवा आकृतीच्या चौकटीतच ईश्वराची कल्पना करतो. त्यामुळेच संतांच्या अशा कथनांचा अर्थ ताबडतोब लक्षात येत नाही. मनातील सगळ्या कल्पना दूर सारून, नावीन्याने विचार केल्यावर, मनन केल्यावर आपल्याला सगळ्या संतांचे उपदेश आणि धार्मिक पुस्तकांमधील बाबी सहजपणे समजतील.

संत एकनाथांनी सांगितलेल्या पंक्तीनुसार, ‘एक असा देव आहे, जो गुडघ्यांच्या आधारे चालतो. कारण तो एका पायाने लंगडा आहे.’ खरेतर हे अतार्किक आणि विरोधाभासी वाटते. पण अनुभवाचे दर्शन घडवण्यासाठीच अशा वाक्यरचनांचा उपयोग करतात. अनुभवाविषयी अशाच शब्दांमध्येच सांगितले जाते. एकनाथांनी वर्णन केलेला असा अद्‌भुत देव कोणता यावर विचार करून लोक थकतील, तरीदेखील त्यांच्या हे लक्षात येणार नाही. परंतु अनुभवाच्या स्तरावर आपल्या अस्तित्वाची जाणीव, आपल्या अनुभवामध्ये स्थापित होण्याचे ज्ञान अशा प्रकारे भाषेमध्ये मांडता येते.

एकनाथांच्या कथनाचा अर्थ

आता आपण गुडघ्यांच्या आधारे चालणारा देव कोणता हे जाणून घेऊ या. मनुष्य समर्पण करतो तेव्हाच त्याला गुडघ्यांवर चालता येते. एखादा देव गुडघ्यांवर चालतो याचा अर्थ असा नाही, की तो स्वत: गुडघ्यांच्या आधारावर चालत आहे. प्रत्यक्षात याचा अर्थ असा, की आपण जेव्हा त्याला गुडघ्यांवर चालत म्हणजेच समर्पित वृत्तीने सामोरे जातो त्या वेळी आपल्या आयुष्यात त्याचे अस्तित्व दिसायला सुरुवात होते, ईश्वर आपल्या जीवनात प्रवेश करतो, चालू लागतो. त्यानंतर आपल्याला तो सांगेल, ‘आता तू काहीही करू नकोस. कारण आता तुझ्या आयुष्यात सर्व काही मीच करणार आहे.’ याचाच अर्थ, आता आपल्या जीवनातील सगळे निर्णय हे त्याचेच असतील. आपल्या आयुष्यात ईश्वराचे पाऊल पडल्यानंतर कोणतीही काळजी, चिंता शिल्लक राहतच नाही. कारण आता फक्त योग्य तेच घडेल. नाहीतर मनुष्य आयुष्यभर द्विधा मन:स्थितीतच राहतो. ‘काय योग्य आणि काय अयोग्य? मी हे करू की ते?’ अशा प्रकारची संभ्रमित अवस्था आता समाप्त होईल. आता आपल्या आयुष्यात व्यक्तीचे म्हणजेच अहंकाराचे कोणतेही काम शिल्लक राहणार नाही. कारण व्यक्ती जेव्हा-जेव्हा काही करते तेव्हाच समस्या निर्माण होतात. व्यक्ती बुद्धीचा उपयोग करते हाच तर आयुष्यातील पेच आहे.

अहंकारापोटी केलेले कोणतेही कार्य सकृतदर्शनी कितीही योग्य वाटले तरीही ते चुकीचेच असते. कोणतेही नकारात्मक कार्य केल्यानंतर आपली भावनाच आपल्या चुकीच्या वर्तणुकीची जाणीव आपल्याला करून देते. आतंरिक भावनेच्या माध्यमातून आपला अनुभव, आपला ईश्वर, आपला सोर्स, आपले तेजस्थान आपण केले ते योग्य केले किंवा नाही, हे आपल्याला सांगत असते. गुडघ्यांवर चालणाऱ्या देवाच्या माध्यमातून सांगितले आहे, की अहंकार जेव्हा समर्पित होतो त्या वेळी तेजस्थान उघडते. त्यानंतर मुखावाटे अलौकिक, वर्णनातीत, सखोल, सघन अशी विधाने बाहेर पडतात. अशा शब्दांचे, ज्ञानाचे लोकांना आश्चर्य वाटते. वास्तविक हे शब्द, ज्ञान मौनातून प्रकटते.

मौनासंबंधी

सामान्यत: मौनाचा खरा अर्थ लोकांना समजत नाही. कारण मौन म्हणजे शांत किंवा गप्प बसणे इतकेच त्यांना माहिती असते. त्यामुळेच मौनाविषयी सांगितले जात असताना त्यांना ते रटाळ, कंटाळवाणे वाटते. म्हणूनच 'मौन' हा शब्द त्यांना आकर्षक वाटत नाही. मौनातून शब्दही प्रकटतात, क्रियादेखील घडतात आणि अभिव्यक्तीही होते. मात्र, मौनाचे हे सामर्थ्य त्यांना ठाऊक नसते.

या मौनामधून जे काही येते किंवा घडते त्याचे कर्ता आपण (व्यक्ती) नसतो. कारण आपल्या समर्पणानंतर आपण कर्ता राहत नाही. समर्पणानंतर कोणतेही पुण्य किंवा पाप हे आपले राहत नाही. त्यामुळेच तर कालीमातेचे परमभक्त रामकृष्ण परमहंस मातेला सांगत, 'ही घे तुझी पापं आणि तुझी पुण्यं. दोन्हीही तुझ्याजवळच ठेव. मला फक्त शुद्ध भक्ती दे.' तर एकनाथ महाराज म्हणतात, 'भक्तीला आई म्हटले तर मुक्ती तिची मुलगी आहे आणि एकदा आई आली, की मुलगीदेखील येणारच.'

एखादी गोष्ट सांगण्याची प्रत्येकाची शैली ही भिन्न-भिन्न असते. या सगळ्या गोष्टी कुणी सांगितल्या? असा विचार आपल्या मनात आला तर याचे उत्तर आहे, मौनाने. सांगण्याचे स्थान केवळ एकच आहे. परंतु मनुष्याने बाह्यात्कारी म्हणजेच बाहेरून सगळे काही सांगायला सुरुवात केली, आतून सांगायला– व्यक्त व्हायला तो शिकलाच नाही. संपूर्ण दिवस तो प्रतिक्रिया देण्यातच व्यस्त असतो. 'तो असे म्हणाला, हा असे बोलला. त्याच्या बोलण्यावर मला हे सांगायचे आहे, ते म्हणायचे आहे.'

आता, लोकांच्या क्रियेवर आपण प्रतिक्रिया देण्याची गरज नाही हे समजून घ्यावे लागेल. आपल्यासमोर आपली स्वतंत्र क्रियाच यायला हवी, प्रतिक्रिया नको. मौनातून जे प्रकटेल तीच आपली नवीनतम क्रिया आहे. ती फ्रेश आहे, तेज आहे, ताजी आहे. तोच आपला सरळ किंवा थेट संवाद क्रम आहे. आपल्याला जे बोलायचे आहे, तेच आपला देवही बोलणार आहे. यानंतर कोणतीही काळजी शिल्लकच राहणार नाही. 'काय चांगले काय वाईट... कसे निर्णय घ्यायला हवेत... माझे काय होईल... माझे भविष्य कसे असेल... लग्न होईल किंवा नाही... चांगली बायको मिळेल किंवा नाही... मुले साथ देतील की नाही...' वगैरे. मनुष्य सदैव अशाच चिंतांमध्ये राहत असतो. आता आपण या चिंतांचे ओझे वाहायचे नसून त्या समर्पित करायच्या आहेत.

गुडघ्यांवर चालणाऱ्या ईश्वराविषयी ऐकून लोक नाराज होतील. पण एकनाथांनी कुणालाही नाराज करण्यासाठी हे सांगितले नव्हते. तरीही त्यांच्या आयुष्यात अखंड निंदा करणाऱ्यांना त्यांना सामोरे जावे लागले. 'असा कसा हा मनुष्य? हा कसला भक्त?

आणि हा असा कसा कोणता गुरू, जो देववाणीचा अपमान करतो.' यांसारखी दूषणे देत त्यांचे निंदक त्यांच्यावर तोंडसुख घेत राहिले. त्यांच्याविषयी सतत उलटेसुलटे बोलतच राहिले. कारण हे बोलणे ऐकल्यानंतर तरी लोकांनी एकनाथांकडे खऱ्या भक्तीच्या मार्गाने जाऊ नये, हाच त्या निंदकांचा हेतू होता.

ठेच लागलेल्या, द्वेषाने भरलेल्या मनुष्याला इतरांचे चांगले बघवत नाही. त्यामुळे, 'आपण असे काही सांगावे जे ऐकून लोक त्यांच्याकडे जाणारच नाहीत,' अशी त्यांची इच्छा असते. खरे तर अशा प्रकारे चांगल्या मनुष्याचे अहित चिंतून प्रत्यक्षात ते सेवाच करतात, ही महत्त्वाची बाब त्यांनाही ठाऊक नसते. संत एकनाथही त्यांच्या निंदकांच्या बोलण्याकडे आणि एकूणच घटनांकडे कोणत्या दृष्टिकोणातून पाहतात याबाबतीत त्यांचे निंदकही अनभिज्ञ होते. यातून आपल्याला हेच शिकायचे आहे, की आपली कुणी निंदा करत असेल तर आपण स्वतः निंदेपासून मुक्त राहायचे आहे. गुरुआज्ञेत एवढे सामर्थ्य आहे, की आपण निंदेपासून मुक्त होऊ शकता. एकनाथांवर आधारित पुस्तकांतून त्यांनी सांगितलेल्या विशिष्ट गोष्टींचा उल्लेख होतो. परंतु त्याचा नेमका अर्थ काय, हे त्या लेखकालाही पूर्णपणे समजलेले नसते. खरे तर एकनाथांनी सांगितलेल्या या गोष्टी प्रत्यक्षात विरोधाभासी शब्द आहेत. त्याच्या अर्थात शिरल्यानंतर त्याची गहनता जाणवेल आणि मग ती गोष्टच संपून जाईल. त्यानंतर शिल्लक राहील ते केवळ समर्पण!

एकनाथांनी गुडघ्याच्या जोरावर चालणाऱ्या देवासंबंधी जे सांगितले. त्यात त्यांनी 'बळ' या शब्दाचा उपयोग केला. त्याचा अर्थ आहे, आपल्या गुडघ्यांच्या बळावर किंवा सामर्थ्यावर चालणे, क्षमता निर्माण करणे. इथे ईश्वराच्या गुडघ्यांसंबंधी सांगितलेले नाही. कारण ईश्वराला गुडघे, हात, पाय किंवा तोंडही नसते. ईश्वर कोणत्याही आकारामध्ये किंवा आकृतीमध्ये मर्यादित नसतो. त्यामुळेच एकनाथ ईश्वराच्या गुडघ्याविषयी नव्हे, तर मनुष्याच्या गुडघ्यांसंबंधी (समर्पणाविषयी) बोलत आहेत. प्रत्यक्षात जे काही आहे, ते सर्व ईश्वराचेच तर आहे...किंवा असेही म्हणता येईल, की सर्व काही ईश्वराचे आहे किंवा ईश्वराचे काहीही नाही... किंवा सगळे गुडघे ईश्वराचेच आहेत किंवा कोणताही गुडघा ईश्वराचा नाही... या सगळ्या शब्दांतून ती एकमेव बाब वेगळ्या पद्धतीने मांडली आहे इतकेच! आपल्याला ही पद्धत समजल्यानंतर एकनाथांनी सांगितलेल्या वाक्याचा अस्सल अर्थ लक्षात येऊन तो आपण पूर्णपणे ग्रहणही कराल.

■

२६

संत ज्ञानेश्वरांकडून मिळालेली आज्ञा

एके दिवशी संत ज्ञानेश्वरांनी स्वप्नात येऊन दबलेल्या आवाजात एकनाथांना सांगितले, 'माझ्या समाधीवर अजान वृक्षाची मुळे माझ्या मानेपर्यंत आली आहे. त्याचे निवारण तू कर.' एकनाथांनी झोपेतच विचारले, 'आपल्याला काय झाले आहे? आपला आवाज स्पष्ट का येत नाही?' त्या वेळी संत ज्ञानेश्वरांनी पुन्हा एकदा त्यांना सांगितले, 'अजान वृक्षाची मुळे माझ्या समाधीमध्ये अडथळा बनली आहेत, त्यांना तू दूर कर.'

वरील संवाद वाचल्यानंतर आपल्याला असे वाटू शकते, 'मृत्यूनंतरही संत ज्ञानेश्वर आपल्या देहामध्येच अडकले होते का?' पण याचा अर्थ लक्षात घ्या. एकनाथांना स्वप्नाच्या माध्यमातून संत ज्ञानेश्वरांकडून आज्ञा मिळाली होती. स्वप्नांची भाषा ही वास्तवापेक्षा वेगळी असते. प्रत्यक्ष आयुष्यात ज्या पद्धतीने गोष्टी घडतात तशा त्या स्वप्नांत नसतात. कारण झोपेमध्ये मनुष्य वेगळ्या अवस्थेत असतो. त्यामुळे तिथे त्याची भाषा वेगळी बनते. याच कारणामुळे लोकांना स्वप्नांचा अर्थ समजत नाही.

'संत ज्ञानेश्वर अडचणीत होते' असा या स्वप्नाचा अर्थ मुळीच नव्हता. प्रत्यक्षात संत ज्ञानेश्वरांना दुसरे महत्त्वाचे कार्य एकनाथांकडून करवून घ्यायचे होते. समाधीला लागणाऱ्या अजान वृक्षाची मुळे दूर करण्याचे कार्य त्यांनी आधी एकनाथांना दिले. यामागे भविष्यात एकनाथांना जे मुख्य कार्य दिले जाणार होते, त्या कार्यासाठी त्यांचे शरीर सक्षम आहे किंवा नाही हे जाणण्याचा मुख्य हेतू होता. यासाठी ते एकनाथांना पारखून घेत होते.

एखाद्याला महत्त्वाचे काम सांगण्यापूर्वी, आपण त्याची क्षमता तपासतो. कारण अयोग्य मनुष्याला आपण काम सोपवले तर त्या कामाची जबाबदारी तो घेईलही; पण काही दिवसांनंतर तेच काम जमत नसल्याचे सांगून तो मोकळा होईल. या मधल्या काळात त्याने कामाला जुंपून घेतले असेल या विचाराने आपण मात्र निश्चिंत असाल. पण वास्तव तर हे आहे, की या जगात दिवास्वप्ने रंगवणारी, तोंडाची वाफ दवडणारे अनेक लोक आहेत. त्यामुळे अशा लोकांना काही काम सांगताच त्यासाठी ते लगेचच तयार होतात. प्रत्यक्ष कार्य करण्याची वेळ आल्यावर मात्र पाऊल मागे घेतात. समजा, संत ज्ञानेश्वरांनी आपल्या स्वप्नात येऊन आपल्याला एखादे कार्य करायला सांगितले तर आपण ते करू शकाल का आणि तेदेखील छोटे-मोठे नाही तर महान कार्य, याचा विचार करा.

योग्यतेची परीक्षा

आज्ञेमध्ये उतरण्यासाठी मनुष्याच्या योग्यतेची परीक्षा होणेदेखील आवश्यक असते. एकनाथांची योग्यताही अनेकदा तपासली गेली. कधी निंदकांकडून तर कधी जनार्दन स्वामींकडून. संत ज्ञानेश्वरांनीदेखील त्यांच्या योग्यतेची कसोटी घेतली. यासाठीच त्यांनी एकनाथांच्या स्वप्नात येऊन आपली समाधी खोदण्याचे कार्य त्यांच्यावर सोपवले. एकनाथांनीदेखील केवळ स्वप्न समजून त्याकडे दुर्लक्ष केले नाही, तर संत ज्ञानेश्वरांच्या आज्ञेला– कार्याला त्यांनी संपूर्ण महत्त्व दिले.

संत ज्ञानेश्वरांच्या सांगण्यानुसार एकनाथांनी त्यांची समाधी खोदली, म्हणजे त्यांच्याद्वारे क्रिया घडली. पण ही कृती करत असतानाच एकनाथांनी यात्रादेखील केली.

एकनाथांना दुसऱ्या स्थानी जाऊन संत ज्ञानेश्वरांच्या समाधीची जागा खणायची होती. हे कार्य करताना पाहून लोक वेगवेगळे प्रश्न एकनाथांना विचारणार होते. 'आपण हे काय करत आहात? यामुळे काय लाभ होणार? आम्हांला तर यामध्ये काहीही फायदा दिसत नाही.' तरीही एकनाथांनी पंढरपूरहून आळंदीला जाऊन हे कार्य पूर्ण केले. या कार्याच्या माध्यमातून एकनाथांची पात्रता पारखल्यानंतर त्यांना खरा तो आदेश मिळाला.

ज्ञानेश्वरीचे पुनर्लेखन

संत ज्ञानेश्वरांनी रचलेला *ज्ञानेश्वरी* हा एक गहन ग्रंथ आहे. तसे पाहिले तर त्याची नक्कल करून नवीन प्रती बनवण्याचे कार्य इतके सोपे नव्हते. तरीही, लोकांनी ज्ञानेश्वरीच्या कित्येक हस्तलिखित नकला तयार केल्या. पण ते करताना त्यामध्ये असंख्य चुकाही केल्या. नक्कल करून नवीन प्रत बनवणाऱ्यांना एखादा शब्द समजला नाही, तर त्याऐवजी

दुसरा शब्द वापरून ते काम पुढे सरकवायचे. परिणामी, ज्ञानेश्वरीमध्ये होणाऱ्या चुकांची संख्या सातत्याने वाढत गेली. जवळपास पावणेतीन वर्षांनंतर एकनाथांच्या रूपात एक असे शरीर (मनोशरीर यंत्र) तयार झाले, ज्याच्या हातून ज्ञानेश्वरीच्या शुद्धीकरणाचे कार्य पूर्ण होणार होते.

आजकाल यांत्रिक उपकरणांच्या साहाय्याने म्हणजेच लॅपटॉप-कॉम्प्युटरवर सगळे काही लिहिता येते. पण तिथे लिहितानाही लोक चुका करतातच. त्या काळात तर हाताने लिहिलेली नक्कल असे. त्यामुळे ज्ञानेश्वरीचे एकत्रितरीत्या संकलन करून तिची योग्य शब्दांमध्ये पुनर्मांडणी करणारा मनुष्य संत ज्ञानेश्वरांना अपेक्षित होता. त्यामुळेच एकनाथांना असा आदेश मिळाला, की 'ज्ञानेश्वरीच्या जितक्या नकला किंवा प्रती उपलब्ध आहेत, त्या सर्व मिळून एकही चूक नसणारी शुद्ध अशी प्रत तयार करा.' त्याच्या आधारे लोक पुन्हा एकदा आपल्यासाठी बिनचूक अशी शुद्ध प्रत बनवतील हा त्यामागचा उद्देश होता.

या कार्यासाठी एकनाथांसारखा संत शोधूनही सापडला नसता. कारण लोक मोठमोठ्या बाता मारतात, प्रत्यक्ष कृती करू शकत नाहीत. पण एकनाथांनी आज्ञा मिळताच ताबडतोब कार्याला आरंभ केला. खरे तर संत ज्ञानेश्वरांनी त्यांची पात्रता अगोदरच पारखली होती. त्यासाठी त्यांनी एकनाथांकडून समाधीचे कार्य करवून घेतले आणि त्यानंतर त्यांना ज्ञानेश्वरीची शुद्ध प्रत बनवण्याची आज्ञा दिली. संत ज्ञानेश्वरांनी आपले समाधिस्थान एकनाथांकडून खोदून घेतले. कारण काळाबरोबर वस्तूंमध्ये बदल घडतो. त्या ठिकाणी बरीच झाडे-रोपटी उगवली होती. त्यामुळे तिथे असणाऱ्या संत ज्ञानेश्वरांच्या समाधीचा लोकांना जणू काही विसरच पडला होता. एकनाथांनी ज्ञानेश्वरांचे समाधिस्थान खोदून, साफसफाई करून पुन्हा एकदा लोकांच्या मनात त्या स्थानाचे माहात्म्य जागृत केले. मात्र, हे कार्य एखाद्या परीक्षेसमानच होते. एखाद्याची पात्रता पारखण्यासाठी त्याला सुरुवातीला देण्यात येणारे कार्य, ते कार्य नसते जे आपल्याला प्रत्यक्षात करून घ्यायचे असते. खरे कार्य करण्यासाठी तो मनुष्य लायक आहे किंवा नाही याची पारख पहिल्या कार्यातून केली जाते.

जसे, रामकृष्ण परमहंसांसाठी स्वामी विवेकानंद योग्य पात्र होते. त्याचप्रमाणे जनार्दन स्वामींसाठी किंवा संत ज्ञानेश्वरांसाठी एकनाथ योग्य पात्र होते. आपल्यावर किती जबाबदारीचे काम सोपवले आहे, याची जाणीव एकनाथांना होती. संत ज्ञानेश्वरांविषयी असणाऱ्या श्रद्धाभावनेतून त्यांनी त्या जबाबदारीचा आनंदाने स्वीकार केला. संत एकनाथ म्हणजे नानाविध परीक्षांच्या अग्नीतून तावूनसुलाखून बाहेर आलेले बावन्नकशी

सोनेच! त्यामुळे अशा प्रत्येक कार्याच्या आधारे त्यांनी स्वत:साठी पुढे जाण्याचा मार्ग बनवला. ज्ञानेश्वरीची शुद्ध प्रत तयार करताना, 'मी हे कार्य करायला हवे किंवा नाही' असा कोणताही विचार एकनाथांच्या मनात आला नाही. संपूर्ण निष्ठेने त्यांनी ते कार्य संपन्न केले. यासाठी घरोघरी जाऊन ज्ञानेश्वरीच्या प्रती गोळा करून त्यांचा अभ्यास केला. यानंतर परिश्रमपूर्वक ज्ञानेश्वरीची बिनचूक अशी प्रत तयार केली. हे कार्य करण्याची पात्रता त्यांच्यामध्ये असल्यानेच इतके अवघड आणि कष्टदायक कार्य त्यांना करता आले. ज्ञानेश्वरीची जी प्रत आज लोकांसमोर आहे, ती एकनाथांनी पुनर्लिखित केलेलीच प्रत आहे.

पात्रतेचे महत्त्व

एखाद्याची पात्रता कशी वाढत जाते आणि त्यानंतर त्या शरीराकडून सेल्फची अभिव्यक्ती कशी घडते, हे आपण एकनाथांच्या जीवनाच्या आधारे समजून घेत आहोत. शरीराला संपूर्ण प्रशिक्षित का करायचे हे आपल्याला माहीत असायला हवे. भलेही आज हे प्रशिक्षण आपल्याला महत्त्वाचे वाटत नसेल. परंतु काळाबरोबर आपल्या लक्षात येईल, की अशा प्रशिक्षित शरीराच्या माध्यमातूनच सेल्फला आपली उच्चतम अभिव्यक्ती करायची असते.

मनुष्यामध्ये स्पष्टता असेल तर तेजस्थानावरून येणाऱ्या विचारांची दखल घेऊन त्यांच्यासाठी मनुष्य जागाही तयार करतो. या विचारांच्या बाबतीत तो समर्पित होतो. त्यानंतर ती व्यक्ती (अहंकार) कोणतीही अडचण निर्माण करत नाही. नाहीतर लोक आपल्या आयुष्यात वेगवेगळ्या कसरती करत राहतात. कधी एखाद्या गोष्टीची तक्रार तर कधी बहाणा बनवतात. अधिकतर लोकांच्या आयुष्यात अशा गोष्टी इतक्या मोठ्या प्रमाणावर घडतात, की त्यांच्या जीवनातून सहजताच नाहीशी होते. परिणामी, त्यांचे मन कधीही सहज राहत नाही. जणू काही आयुष्यातली सगळी कामे एकाच दिवशी पूर्ण करायची आहेत, अशा चिंतेने ते सतत ग्रासलेले राहतात.

खरे तर एका वेळी फक्त एकच कार्य चांगल्या पद्धतीने पूर्ण होते. कारण एकाच कार्यावर संपूर्णपणे लक्ष केंद्रित करून आपल्याला ते सर्वश्रेष्ठ पद्धतीने पूर्ण करायचे असते. जे काम करायचे आहे, ते कोणत्या शरीराला द्यावे, हा पात्रता ओळखण्याचाच एक भाग आहे. अन्यथा, पात्रता न ओळखताच ज्ञानेश्वरीसारखा महान ग्रंथ निर्माण करण्याचे काम एखाद्याला दिले तर तो असंख्य बहाणे बनवेल. 'माझ्याकडून हे काम कसे होणार... अशा प्रकारचे काम मी याआधी कधी केलेले नाही... माझ्यावर कौटुंबिक जबाबदाऱ्या आहेत... ऑफिसमध्ये मला खूप कामे असतात... अजून मला घर खरेदी करायचे

आहे... मुलांना परदेशी पाठवायचे आहे... मग मी हे सगळे कसे करू... अजून तर मला आयुष्यात खूप काही करायचे आहे... वगैरे.' असे लोक आधीपासूनच जाहीररीत्या कित्येक घोषणा करतात. त्यानंतर त्याच तणावाखाली जगत राहतात.

वास्तविक, अशा लोकांना युरेका कर्म किंवा प्रेरित कर्म म्हणजे काय हेच ठाऊक नसते. प्रत्यक्षात हे असे विचार असतात जे येताच शरीराकडून आपसूकच कार्याला सुरुवात होते. पण ही महत्त्वाची बाब ठाऊक नसल्यामुळे मनुष्य नेहमीच तणावाखाली राहतो. असे तणावयुक्त शरीर ईश्वरीय कार्य करण्यासाठी पात्र नसते. त्यामुळे अगोदर त्याला ज्ञान प्राप्त करावे लागते. ज्यांच्यावर जीवनातील सगळ्या गोष्टी आधारित आहेत ते जीवनविषयक नियम समजून घ्यावे लागतात. भलेही आपण तणावग्रस्त राहा किंवा तणावरहित, कार्ये तर जशी होणार आहेत तशीच घडतील. म्हणूनच या सगळ्या गोष्टींकडे साक्षीभावाने पाहा. तेव्हाच सगळी कार्ये अधिक सहजपणे होतील. परिणामी, गुणवत्ता ही सामान्यांपेक्षा कित्येक पटींनी अधिक असेल. एका वेळी एकाच कामावर लक्ष केंद्रित करायचे, ही समज आपल्याला या उदाहरणातून घ्यायची आहे.

एखाद्या कार्यासाठी ज्या मनुष्याची निवड केली जाते, त्या कार्याची पताका उंचावर नेऊन फडकवत ठेवण्याची जबाबदारीही आपसूकच त्याच्या खांद्यांवर असते. ही जाणीव रोमारोमांत भिनलेल्या संत एकनाथांना होती. यासाठीच ज्ञानेश्वरी ग्रंथ शुद्धतम रूपात आणून त्याची गुणवत्ता वाढवण्याचे काम त्यांना दिले होते. हे कार्यच असे होते ज्याच्यासाठी वर्तमानात जगणाऱ्या देहाची आवश्यकता होती. ज्याला हे ठाऊक आहे, की मानवी जीवनात गुडघ्यांच्या जोरावर चालणाऱ्या देवाचेच हे कार्य आहे.

■

२७

एकनाथांचे संतुष्ट जीवन

एकदा एक मनुष्य एकनाथांकडे आला आणि त्याने विचारले, ''माझ्या जीवनात खूपच अशांतता आहे. मला दिवसरात्र काबाडकष्ट करावे लागतात. तरीदेखील माझी कामं पूर्ण होत नाहीत. फक्त चिडचिड होते. पण आपण इतके समाधानी आणि शांत कसे राहता?'' हे ऐकून एकनाथ म्हणाले, ''या सगळ्या गोष्टी सोडून द्या; पण एका आठवड्यानंतर तुमचा मृत्यू आहे इतकंच लक्षात ठेवा.''

एकनाथांचे हे वक्तव्य ऐकल्यानंतर भयभीत झालेला तो मनुष्य लगबगीने तिथून निघून गेला. त्यानंतर आठ दिवसांनी तो पुन्हा एकनाथांकडे आला आणि म्हणाला, ''आज तर मी मरणार आहे. त्यामुळे मी काय करायला हवं हे आपणच मला सांगा.'' यावर एकनाथ म्हणाले, ''हे पाहा, तुमच्या मृत्यूची घटिका सांगणारी कोणतीही सिद्धी माझ्याकडे नाही. जीवन कसं जगायचं असतं हे तुम्हांला समजावं यासाठी 'तुम्ही आठ दिवसांत मरणार' असल्याचं मी सांगितलं. आता मला सांगा, या आठ दिवसांमध्ये तुम्ही किती वेळा चिडचिड केली, किती वेळा वैतागला आणि किती वेळा इतरांचं मन दुखावलं?''

यावर त्या मनुष्याचे उत्तर होते, ''असं तर काहीही घडलं नाही. कारण प्रत्येक क्षणी माझ्या मनात मृत्यूचाच विचार होता. त्यामुळेच आवश्यक ती सगळी कार्यं जमतील तशी मी पूर्ण केली. ज्यांची माफी मागायची होती, तीदेखील मागितली. माझ्या मृत्यूनंतर कुटुंबातील लोकांचा उदरनिर्वाह व्यवस्थित व्हावा यासाठी आवश्यक ती तरतूदही केली.''

यावर एकनाथ म्हणाले, 'हेच आहे तुमच्या प्रश्नाचं उत्तर! गेल्या आठ दिवसांपासून तुम्ही जसं जीवन जगलात, तसंच साधूंचं संपूर्ण जीवन असतं.' इथे साधू शब्दाचा अर्थ, साधा आणि सरळ मनुष्य असा आहे.

काही लोक कामापासून सतत पळ काढतात, कामे न करण्याची कारणे शोधतात. जसे, काही ऑफिसांमध्ये लोक कामे टाळतात. कामाकडे पाठ फिरवल्यानंतर कोणतीही जबाबदारी घ्यावी लागत नाही, कष्ट करावे लागत नाहीत याचेच त्यांना समाधान वाटते. पण ही गोष्ट फार काळ टिकणारी नसते. पण नेमकी हीच बाब लोकांच्या लक्षात येत नाही. अस्थिर समाधानाच्या शोधात प्रत्यक्षात ध्येय नसणाऱ्या अस्थाई अशा गोष्टींनाच ते आपले लक्ष्य मानतात. पण खरे लक्ष्य तर 'कायमस्वरूपी टिकणारे समाधान' हेच असते. एकनाथांच्या देहाच्या अंतापर्यंत त्यांच्या आयुष्यातील स्थायी समाधानही कायम राहिले. आपल्यालाही असाच कायमस्वरूपी राहणारा संतोष मिळवायचा आहे. कारण हेच आपले खरे लक्ष्य आहे. हे लक्ष्य अवघड किंवा अशक्यप्राय नक्कीच नाही. ही गोष्ट एकदा लक्षात आल्यानंतर आपण कर्माला घाबरण्याचे सोडून द्याल आणि 'हे कार्य माझ्याकडून घडेल किंवा नाही, मी करू शकेन किंवा नाही' यांसारख्या गोष्टींमध्ये अडकणार नाही. कारण तोवर समर्पित झाल्यानंतर मोठ्यातील मोठी कार्येदेखील पूर्णत्वाला जातात ही समज आपल्यात आली असेल. मात्र, हे घडण्यासाठी आपल्यासमोर येणारे प्रत्येक कार्य आपल्या बाजूने सर्वश्रेष्ठ करण्याचा प्रयत्न करा.

आपल्यासमोर एकाच वेळी भरपूर कामे आली तर आपण गांगरून जाल. पण प्रयत्नांमध्ये सातत्य ठेवले तर मोठ्यातील मोठी कार्येदेखील पूर्ण होतील आणि आपण नवीन उंची गाठाल. सुरुवातीला ज्या गोष्टी समजण्यासाठी खूप अवघड वाटत होत्या त्याच आता सहजपणे समजतील.

समर्पित होऊन कार्य करण्याचा आनंद

एकीकडे तेराव्या शतकात संत ज्ञानेश्वर आणि संत नामदेव होऊन गेले. तिथेच सतराव्या शतकात संत तुकाराम आणि समर्थ रामदास स्वामी झाले. या दरम्यानच्या काळात म्हणजे सोळाव्या शतकात संत एकनाथ झाले आणि त्यांनी या दोन्ही शतकांच्या पर्यायाने कार्याच्या दरम्यान एका पुलाचे (जोडण्याचे) काम केले. याव्यतिरिक्त संत एकनाथांनी संत ज्ञानेश्वरांची आज्ञा मानून त्यांचे कार्यदेखील पूर्ण केले. म्हणजेच त्यांनी शब्दांना कृतीचीही जोड दिली. त्यांच्या हातून जी कार्ये घडली, त्यामागे त्यांचा हा विचार होता, की 'माझ्याकडून ही कामे कशी करवून घेतली जातील, त्यामध्ये दडलेले आश्चर्य म ला पाहायचे आहे.' या समजेसह आपण स्वतःला समर्पित करतो तेव्हा निसर्गाकडून

(अदृश्यकडून) याचा आदेश जातो, मग निसर्गाकडूनच सगळी तरतूदही होते आणि अशा प्रकारे आपली यात्रा सुखद बनते.

आपण एखाद्या रस्त्यावरून जाण्यापूर्वी नुकतीच तिथे एखादी दुर्घटना घडून गेलेली असते. पण आपल्याला ते ठाऊकही नसते. त्यामुळेच आपण म्हणता, 'मी तर त्याच रस्त्याने गेलो पण मला काहीही झाले नाही. तिथे कोणतीही गडबड नव्हती.' आपल्यासाठी अशी सुखद स्थिती कशी निर्माण झाली आणि अदृश्यामध्ये कोणकोणत्या गोष्टींनी आपली मदत केली, हे आपल्याला ठाऊकही नसते.

एकनाथांसारखी समर्पण वृत्ती आणि निसर्गाला आपल्या जीवनातकार्य करू देण्याची संधी या गोष्टी एकदा का आपल्याला जमल्या की सगळी कार्ये आपोआपच घडतील. निसर्गाच्या कार्यपद्धतीवरील आपला विश्वास हळूहळू वाढून आपण निश्चिंत होऊन जीवन जगाल.

■

२८

अंतिम काळ

हिमालयातून उगम पावणारी गंगा समुद्राच्या दिशेने वाटचाल करते. ज्या-ज्या ठिकाणावरून, प्रदेशांतून ती वाहते, तेथील लोकांचे दु:ख, कष्ट आपल्याबरोबर घेऊन जाते. गंगेमुळे काठावरची रोपे, झाडे तरारून उठतात. लोकांची तहान भागते. कित्येकांची उपजीविका तिच्यामुळे सुरू राहते आणि कितीतरी लोक तिच्यामध्ये स्नान करून आपल्या पापांचे प्रायश्चित्त घेतात. गंगा नदी वाहती, प्रवाही आहे त्यामुळे हे सगळे घडते. यासाठी तिला काही करावे लागत नाही. समजा, आपण गंगेची स्तुती केली, की 'आपण खूप महान आहात... आपण असंख्य महद् कार्ये केली... आपण जीवनदायिनी तर आहातच. शिवाय, लोकांच्या पापांचे क्षालन करणाऱ्या आहात...' तर यावर गंगा आपल्याला सांगेल, 'मी तर फक्त समुद्राला भेटायला निघाले आहे.'

अशाच प्रकारे सूर्य पृथ्वीला प्रकाश आणि ऊर्जा देतो; तर पृथ्वी त्याच्या चारही बाजूंनी फिरते. सूर्याचा प्रकाश पृथ्वीच्या ज्या भागापर्यंत पोहोचतो, तिथे सूर्यफुलापासून कमळ आणि गुलाबापर्यंत वेगवेगळ्या प्रकारची फुले उमलतात. हे सर्व आपोआपच घडते. इथे कुणीही 'अमुक प्रकारचे फूल उगवायचे आहे,' असा विचार करत नाही. सूर्याच्या केवळ प्रकाश आणि ऊर्जा देण्याच्या प्रक्रियेतूनच हे सर्व घडते.

सूर्य आणि गंगा नदी आपले जीवन जगतात. पण जीवन जगण्याच्या त्यांच्या प्रक्रियेतूनच खूप काही घडते. त्याचप्रमाणे संतांचे आणि महापुरुषांचे आयुष्य असते.

त्यांच्या जीवनामुळेच कित्येकांचे कल्याण होते. महापुरुषांच्या जीवनकथांतून, चरित्रांतून ते आपले आयुष्य कशा प्रकारे जगले हे समजते. आजही कित्येक घरे अशी आहेत जिथे लोक प्रेम, आनंद आणि मौन यांसह जीवन जगतात आणि तिथे चमत्कारदेखील घडतात. संत एकनाथांचे जीवनदेखील प्रेम, मौन, आनंद आणि भक्ती यांसह व्यतीत झाले. आपल्या आयुष्यात त्यांनी मराठी भाषेत विविध ग्रंथरचना केल्या. ज्यांचा लाभ कित्येक शतकांनंतरही आजच्या लोकांनादेखील मिळत आहे.

संत एकनाथांनी देहान्ताच्या वेळी कमी शिक्षित असणाऱ्या गाओबा नावाच्या आपल्या शिष्याकडे *भावार्थ रामायण* या ग्रंथाचे हस्तलिखित कागद दिले. एकनाथांनी या ग्रंथाला आरंभ केला होता. पण तो ग्रंथ त्यांना पूर्ण करता आला नाही. एकनाथांनी गाओबांच्या हाती हा ग्रंथ सोपवताना तो पूर्ण करण्याची जबाबदारीही त्यांच्यावरच सोपवली. जी गोष्ट एकनाथांच्या बाबतीत घडली, तिचेच अनुकरण त्यांनी आपल्या शिष्यांच्या बाबतीतही केले... गुरुआज्ञेनुसार संपूर्ण विश्वासासह गाओबांनी भावार्थ रामायण हा ग्रंथ पूर्ण केला. त्या काळातील गुरू-शिष्य परंपराच अशी होती, की आज्ञा मिळताच कार्याची सुरुवात होत असे. 'हे कार्य घडेल की नाही?... आम्हांला तर भाषेचे पूर्ण ज्ञानदेखील नाही' वगैरे बाबींवर विचार करण्यात शिष्य वेळ वाया घालवत नसत.

या ग्रांथिक ज्ञानाची खोली इतकी अमर्याद आहे, की त्या आधारेच आजच्या काळातील लोक ज्ञान संपादन करतात. त्या काळातील ज्ञानभाषा संस्कृत असूनही एकनाथांनी सर्वसामान्यांसाठी मराठी भाषेत ज्ञानदान केले. त्यामुळे त्यांना कित्येकांच्या विरोधालाही सामोरे जावे लागले. एकनाथ स्वतः ब्राह्मण असूनही त्या काळी अस्पृश्य मानलेल्या महार जातीतील लोकांचा ते आदर करत. यामुळेच ब्राह्मण समाजातील कित्येक लोक त्यांच्यावर नाराज होते. त्यांना एकनाथांचे कोणतेही कार्य आवडत नव्हते. त्यामुळे एकनाथांना निंदकांची कमतरताच नव्हती. त्यांना नेहमी हाच प्रश्न पडायचा, की 'एकनाथांना असा कोणता गुरूमंत्र मिळाला आहे, ज्यामुळे ते ज्ञानाच्या अशा गोष्टी सांगतात? ज्यामुळे लोक कर्ममार्गापासून दूर होऊन नामस्मरण करता-करता भक्तीमध्ये जगतात?' एकनाथांच्या दिव्य ज्ञानतेजाने प्रभावित होऊन सामान्य मनुष्य कर्मकांडांपासून दूर होण्याची भीती त्यांच्या निंदकांना वाटायची. सर्वसामान्यांपर्यंत खरी भक्ती रुजवण्याचे एकनाथांचे हे कार्य बंद झाले पाहिजे अन्यथा समाजाचा विकास खुंटेल असे त्यांच्या निंदकांचे मत होते. पण एकनाथ जिवंत असेपर्यंत त्यांच्या निंदकांचे कोणतेही हेतू सफल झाले नाहीत.

आपल्या जीवनाच्या माध्यमातून एकनाथांनी, मृत्यूच्या आधी मरून, मृत्यूनंतरचे

जीवन पृथ्वीवरच कसे जगता येते हे दाखवून दिले. ज्या जीवनाचा कोणताही मृत्यू होत नाही ते 'तेज जीवन' आहे. एकनाथ असे तेज जीवन या पृथ्वीवर जगले. त्यामुळेच शतकानुशतके त्यांचे नाव या जगामध्ये अजरामर आहे. मृत्यूच्या आधी देहाचा मृत्यू होत नाही. मग प्रश्न उपस्थित होतो, की 'हा कुणाचा मृत्यू आहे?' तर, जो कधी नव्हताच त्याचा हा मृत्यू आहे. हा अहंकाराचा, खोट्या 'मी'चा मृत्यू आहे.

एकनाथांचे आयुष्य १५३३मध्ये सुरू होऊन १५९९ मध्ये समाप्त झाले. गोदावरीच्या तीरावर त्यांचा देह ठेवला होता. लोकांनी असा अविस्मरणीय प्रसंग बघितला, जिथे मृत्यूची घोषणा अगोदरच झाली होती. मोठ्या संख्येने उपस्थित राहून लोकांनी तिथे उत्सव साजरा केला. परंतु मृत्यूच्या आधीच कुणाचा मृत्यू झाला होता ही गोष्ट लोकांना ठाऊक नाही. अशा गोष्टी शब्दांमध्ये मांडल्या जात नाहीत तोपर्यंत लोकांना त्या समजतही नाहीत. कारण या गोष्टी समजून घेण्यासाठी बुद्धीची ताकद कमी पडते. अशा गोष्टी बुद्धीपलीकडच्या असतात. बुद्धीच्या ताकदीचा दुरुपयोग करून लोक स्वतःच फसतात आणि 'असे का झाले... तसे का घडले...' यांसारखे द्वंद्व जीवनात निर्माण करतात. पण बुद्धीला भक्तीची जोड मिळते त्या वेळी अशा काही गोष्टी समजतात, ज्यांचा उलगडा होणे बुद्धीसाठीच काय, पण विज्ञानासाठीदेखील अशक्य आहे. मृत्यूच्या पूर्वी ज्याचा मृत्यू झाला तो एकनाथ नव्हता. तर जो प्रकटला तो होता खरा एकनाथ! जो सदैव होता... आहे... आणि राहील...

■

परिशिष्ट

२९

एकनाथांचे साहित्य

संत ज्ञानेश्वर, संत नामदेव, संत एकनाथ आणि संत तुकाराम या चार स्तंभांवर महाराष्ट्राच्या भक्तिपंथाची द्वारका उभी आहे. संत एकनाथांनी आपल्या ग्रंथांद्वारे भक्तीचे महात्म्य सर्वसामान्यांपर्यंत पोहोचवले.

चतु:श्लोकी भागवत

एकनाथांनी रचलेला पहिला ग्रंथ होता, 'चतु:श्लोकी भागवत.' जनार्दन स्वामींच्या आज्ञेनुसार तीर्थयात्रेला सुरुवात केल्यानंतर त्र्यंबकेश्वरला आपल्या गुरूंच्या समक्षच त्यांनी या ग्रंथाची रचना केली. तसे बघितले तर एकनाथांचा प्रत्येक ग्रंथ हा त्यांच्या अनुभवाने रंगलेला आहे. कीर्तन आणि ललितकलांच्या प्रसंगी एकनाथ महाराजांच्या मुखातून अनायास बाहेर पडणाऱ्या शेकडो अभंगांचा समावेश त्यांच्या ग्रंथांत केला आहे.

रुक्मिणी स्वयंवर

रुक्मिणी स्वयंवर आणि *एकनाथी भागवत* हे एकनाथांचे सर्वात लोकप्रिय ग्रंथ आहेत. काशीमध्ये राहूनच एकनाथांनी या दोन्हीही ग्रंथांचे लेखनकार्य पूर्ण केले. वारकरी संप्रदायाचे भक्तगण रुक्मिणी स्वयंवर दररोज वाचतात. या ग्रंथामध्ये श्रीकृष्ण आणि रुक्मिणी यांच्या विवाहाची रंजक कथा असल्यामुळे भक्तांना रुक्मिणी स्वयंवर ग्रंथ अधिक प्रिय आहे. या ग्रंथात श्रीकृष्ण-रुक्मिणीच्या मीलनप्रसंगाला एकनाथांनी अत्यंत अर्थपूर्ण बनवले आहे. रुक्मिणी स्वयंवर ग्रंथात एकनाथांचे काव्यकौशल्य आणि भाषाप्रभुत्व उठून दिसते.

एकनाथी भागवत

एकनाथी भागवत हा ग्रंथ वारकरी संप्रदायातील प्रमुख ग्रंथांपैकी एक आहे. सर्वसामान्य लोकांना समजणाऱ्या भाषेत या ग्रंथाचे लेखन केले आहे. श्रीकृष्णाने अर्जुनाला सांगितलेली भगवद्‌गीता संत ज्ञानेश्वरांनी मराठीमध्ये भाषांतरित करून ज्ञानेश्वरीची रचना केली. त्याचप्रमाणे श्रीकृष्णाने जो उपदेश उद्धवाला केला त्याचे– उद्धवगीतेचे– भाषांतर एकनाथांनी मराठीमध्ये केले. तोच एकनाथी भागवत ग्रंथ आहे.

सद्‌गुरू कुणाला म्हणावे, याचे वर्णन एकनाथांनी आपल्या या ग्रंथात पुढीलप्रमाणे केले आहे : शब्दज्ञानामध्ये जो पारंगत आहे, जो सदैव ब्रह्मानंदामध्ये तल्लीन असतो, ज्याच्यात शिष्याला आत्मभावाचा बोध करवून देण्याचे सामर्थ्य आहे, देहामध्ये राहत असूनही ज्याला देहाचा अहंकार नाही, घरामध्ये राहत असूनही घराची आसक्ती नाही, जनसामान्यांमध्ये तो त्यांच्यासारखाच सुखाने राहतो, वेदशास्त्रे अवगत असूनही जो आपल्या ज्ञानाचा डंका वाजवत नाही आणि जो नेहमी अखंड शांततेमध्ये राहतो तीच सद्‌गुरू मूर्ती आहे, हे जाणून घ्यावे.

साधकाचे वर्णन पुढीलप्रमाणे : खरे साधक तेच जे सद्‌गुरू चरणांचे दास आहेत, ज्यांनी गुरुवचनांवर स्वतःला बहाल केले आहे, ज्यांनी सद्‌गुरूंसाठी आपले सर्वस्व अर्पण केले आहे. स्वतःला दुःख होते अशी वर्तणूक ते कधीही कोणत्याही प्राणिमात्रांबरोबर करत नाहीत. स्वतःला सुख वाटते, असा व्यवहार ते दीनांबरोबर करतात.

भावार्थ रामायण

भावार्थ रामायण हा एकनाथांच्या जीवनातील अंतिम ग्रंथ आहे. या ग्रंथाची गणना विश्वातील सर्वश्रेष्ठ ग्रंथांमध्ये केली जाते. भावार्थ रामायणामध्ये एकनाथांनी तुलनात्मकरीत्या विविध ग्रंथांच्या आधारावर प्रचुर प्रमाणात ऐतिहासिक सामग्रीदेखील दिली आहे. रामकथा आणि ब्रह्मकथा अर्थात इतिहास आणि अध्यात्म या दोन्हींचा लाभ या ग्रंथामुळे एकाच वेळी होतो. या ग्रंथाची रचनाशैलीदेखील वेगळी आहे. प्रभू रामचंद्रांच्या व्यक्तित्वातून आदर्श जीवन जगण्याची कला आणि सर्व प्राणिमात्रांविषयी असणारा समभाव एकनाथांनी या ग्रंथातून मांडला आहे. भगवान रामाची कथा आणि उपदेश, दोन्हींचे एकत्रित दर्शन घेण्याची इच्छा भावार्थ रामायणामधून ज्या प्रकारे पूर्ण होते तशी ती अन्य कोणत्याही ग्रंथामधून होत नाही. हा ग्रंथ एकनाथांच्या हातून पूर्ण झाला नाही. तरीदेखील त्यांच्या आज्ञेनुसार आणि लोकांच्या आग्रहामुळे त्यांचे शिष्य गाओबा यांनी तो संपन्न केला.

अशा प्रकारे आपले संपूर्ण जीवन परोपकारार्थ वाहून घेतलेल्या संत एकनाथ महाराजांनी वैविध्यपूर्ण ग्रंथरचनांद्वारे 'अक्षर' वाङ्‌मयात मोलाची भर घातली. ■

३०

संत ज्ञानेश्वर आणि संत एकनाथ यांच्यातील साम्य

संत ज्ञानेश्वरांनी समाधी घेतल्यानंतर जवळपास २५०-३०० वर्षांनंतर संत एकनाथ आले. तसे बघितले तर संत ज्ञानेश्वर आणि संत एकनाथ दोघेही एकाच मार्गावरील प्रवासी होते. शिवाय दोघांच्या जीवनाचे लक्ष्यदेखील समानच होते. संत ज्ञानेश्वरांनी आपल्या जीवनकालात विखुरणाऱ्या समाजाला आपल्या चिंतनातून, प्रज्ञेच्या आणि प्रतिभेच्या आधारे संघटित केले. प्राचीन संस्कृती आणि अध्यात्माचा, मराठी भाषा वाङ्मयाच्या आधारे दशदिशांना त्यांनी प्रसार केला.

संत एकनाथांनी संत ज्ञानेश्वरांच्या समाधीच्या पुन:निर्माणाचे कार्य केले. त्याचबरोबर त्यांनी ज्ञानेश्वरी ग्रंथाच्या शुद्धिपाठाचे कार्य आणि अमृतानुभवावर टीकादेखील लिहिली. एकनाथांच्या दृष्टीने संत ज्ञानेश्वरांचा संदेश म्हणजे ईश्वराचाच संदेश होता. एकनाथ म्हणतात, 'ज्ञानेश्वरीमधून जे सुंदर, सहज ज्ञान मला मिळाले तेच मी लोकांपर्यंत पोहोचवले.'

संत ज्ञानेश्वर आणि संत एकनाथ यांच्या चरित्रात आणि व्यक्तित्वात अनेक समान बाबी आहेत. दोघांच्या आईचे नाव रुक्मिणी होते आणि दोघेही अल्पवयातच आपल्या आईवडिलांच्या प्रेमाला पारखी झाली. तरीही, संत ज्ञानेश्वर संपूर्ण विश्वाची माउली बनले आणि एकनाथ लोकांमध्ये प्रिय झाले. समाजाने धिक्कारलेल्या लोकांना दोघांनीही हृदयाशी कवटाळले. स्नेहापासून वंचित असलेल्या दीन-हीन-लाचारांसाठी त्यांनी

प्रेमाचे छत्र उभारले. या दोघांनीही संपूर्ण विश्वाला आपल्या वाणीच्या आणि कर्माच्या आधारे सुखमय बनवले. दोघांनाही वंशपरंपरेने विठ्ठलभक्ती मिळाली होती. गुरुभक्तीवर असलेली अपार निष्ठा हादेखील या संतद्वयींमधील समान धागा आहे.

संत ज्ञानेश्वर आणि संत एकनाथ यांनी लोकभाषेमधून लोकांशी सहज संवाद साधला. सामाजिक संघटन आणि उन्नती यासाठी हा संवाद आवश्यक होता. दोघांनाही या समाजाला विरोध न करता सोबत घेऊन चालण्याची सवय होती. लोकांची मानसिकता आणि विचार बदलण्याचा मार्ग या दोघांनीही अंगीकारला. संत ज्ञानेश्वर नाथ परंपरेशी तर एकनाथ दत्त संप्रदायाशी जोडलेले होते. तरीही, दोघांनीही वारकरी संप्रदाय समृद्ध करण्यात आपले जीवन व्यतीत केले.

संत ज्ञानेश्वर एकनाथांसाठी गुरुमाउली म्हणजेच 'ज्ञानाई' होते. आपल्या अभंगामध्ये ते म्हणतात, 'ज्ञानाबाई माझी अनाथाची माय, एका जनार्दनी पाय वंदितसे'. अर्थात, संत ज्ञानेश्वर आम्हा अनाथांची आई आहे. एकनाथ त्यांच्या चरणांना वंदन करतो. संत ज्ञानेश्वरांच्या तत्त्वज्ञानाचा आणि शैलीचा प्रभाव हा एकनाथांच्या ग्रंथांवर दिसतो. संत एकनाथांनी रचलेले अभंग आणि भारुडे वाचताना वाचकांना ज्ञानेश्वरीची नक्कीच आठवण येईल. एकनाथी भागवत हा ग्रंथ ज्ञानेश्वरीचा विस्तारच आहे असे म्हणता येईल. एकनाथ म्हणतात, 'ज्ञानेश्वर माझी माउली आहेत आणि तेच एकनाथाची सावली आहेत.'

आवडी सांगा जीवींचे आर्त। माउली पुरवी की जाणोनि।।
वेदशास्त्र देती ग्वाही। म्हणती ज्ञानाबाई आई।।
ज्ञानाबाईच्या चरणी। शरण एका जनार्दनी।।

अर्थात, जीव भावविभोर होऊन सांगतात, सर्व काही उमगलेली माउली मनोरथ पूर्ण करते. वेदशास्त्र याची ग्वाही देतात, असे ज्ञानेश्वर माउली म्हणतात. अशा ज्ञानदेवमातेच्या चरणांवर एकनाथ आपले मस्तक नमवतो.

संत एकनाथांनी तन-मुख-मनाने ज्ञानेश्वरीला स्वीकारले. हा वारसा त्यांनी प्रतिकूल परिस्थितीतही जपला. ग्रंथलेखन, तत्त्व प्रतिपादन, हरिकीर्तन, तीर्थाटन, लोकसंग्रह आणि पारंपरिक संवादविशेष यांना एकनाथांनी धर्मशुद्धी आंदोलनाचे स्वरूप दिले. ज्ञानेश्वरांनी व नामदेवांनी ज्या भक्तितत्त्वाला प्रतिष्ठा दिली, तेच तत्त्व एकनाथांच्या जगण्याचे आणि लेखनाचे कारण बनले.

संत ज्ञानेश्वरांप्रमाणेच एकनाथांची गुरुभक्तीदेखील अनन्यसाधारण होती. गुरुकृपा प्राप्त करणे हे अध्यात्म जगातील अनिवार्य अंग आहे. त्यामुळे गुरू परंपरेद्वारा ज्ञान प्राप्त

करणाऱ्या जीवांचे तारणहार हे गुरूच असतात, यामध्ये शंकाच नाही. भारतीय भूमीत गुरू-तत्त्वाची श्रेष्ठता ही अनन्यसाधारण आहे. भक्तीला महत्त्व प्रदान करताना स्वतःला गुरूचा दास म्हणवून घेण्यात एकनाथांना धन्यताच वाटली. ईश्वराच्या अशा सेवकाला मोह, माया, ममता आणि अन्य सांसारिक बंधनांतून अगदी सहजपणे मुक्ती मिळते.

संत एकनाथांच्या हिंदी पदांमध्ये ज्ञानभक्ती, कृष्णभक्ती आणि रामभक्ती यांचा त्रिवेणी संगम पाहायला मिळतो. त्यामुळेच मध्ययुगीन भारतीय भक्तिवाङ्मयामध्ये संत ज्ञानेश्वरांइतकेच महत्त्वपूर्ण स्थान संत एकनाथांचेही आहे.

■

हे पुस्तक वाचल्यानंतर आपला अभिप्राय कृपया या पत्त्यावर अवश्य पाठवा.
Tej Gyan Global Foundation
Pimpri Colony Post Office, P. O. Box 25, Pune - 411 017. Maharashtra (India).

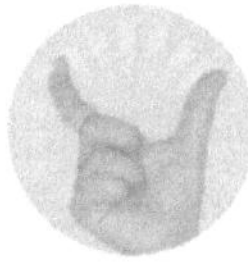

स्वीकार मंत्र मुद्रा

सरश्री : एक अल्प परिचय

सरश्रींचा आध्यात्मिक शोधाचा प्रवास त्यांच्या बालपणापासूनच सुरू झाला होता. हा शोध सुरू असताना त्यांनी अनेक प्रकारच्या पुस्तकांचा अभ्यास केला. त्याचबरोबर आपल्या आध्यात्मिक शोधात मग्न राहून त्यांनी अनेक ध्यानपद्धतींचा अभ्यास केला. त्यांच्या या शोधाने त्यांना अनेक वैचारिक आणि शैक्षणिक संस्थांमध्ये जाण्यासाठी प्रेरित केले. तरीही अंतिम सत्यापासून ते अद्याप दूरच होते.

सत्यप्राप्तीच्या शोधासाठी जास्तीत जास्त वेळ देता यावा, या तीव्र इच्छेने त्यांना, ते करत असलेले अध्यापनाचे कार्य थांबवण्यास प्रवृत्त केले. जीवनाचे रहस्य समजण्यासाठी त्यांनी बराच काळ मनन करून आपले शोधकार्य सातत्याने सुरू ठेवले. या शोधाच्या शेवटी त्यांना 'आत्मबोध' प्राप्त झाला. आत्मसाक्षात्कारानंतर त्यांना जाणवले, की अध्यात्मातील प्रत्येक मार्ग ज्या एका कडीने जोडलेला आहे, ती आहे 'समज' (Understanding).

सरश्री म्हणतात, 'सत्यप्राप्तीच्या सर्व मार्गांचा आरंभ वेगवेगळ्या प्रकारे होत असला तरी सर्वांच्या शेवटी मात्र एकच समज प्राप्त होते. ही 'समज'च सर्व काही असून, ती स्वत:मध्येच परिपूर्ण आहे. आध्यात्मिक ज्ञानप्राप्तीकरिता या 'समजे'चे श्रवणसुद्धा पुरेसे आहे.' हीच 'समज' प्रदान करण्यासाठी सरश्रींनी 'तेजज्ञान फाउंडेशन'ची निर्मिती केली. तेजज्ञान ही आत्मविकासातून आत्मसाक्षात्कार प्राप्त करण्याची परिपूर्ण ज्ञानप्रणाली आहे.

आजवर सरश्रींनी तीन हजारांहून अधिक प्रवचने दिली आहेत. या प्रवचनांद्वारे ते अध्यात्मातील अतिशय गहन संकल्पना सहज, सुलभ आणि व्यावहारिक भाषेत समजावून सांगतात. समाजातील प्रत्येक स्तरांवरील मनुष्य सरश्रींद्वारे सांगितल्या जाणाऱ्या या समजेचा लाभ घेऊ शकतो.

ही समज प्रत्येकाला आपल्या अनुभवातून प्राप्त व्हावी, यासाठी सरश्रींनी 'महाआसमानी परमज्ञान शिबिर' आणि त्यासाठी आवश्यक असणारी कार्यप्रणाली (सिस्टिम) तयार केली. तिचा लाभ आज लाखो लोक घेत आहेत. या प्रणालीला

आयएसओ (ISO 9001:2015) प्रमाणपत्रही लाभले आहे. या प्रणालीमुळेच अनेकांना सत्यमार्गावर वाटचाल करण्याची प्रेरणा मिळाली आहे. या समजेचा प्रचार आणि प्रसार करण्यासाठी त्यांनी 'तेजज्ञान फाउंडेशन' या आध्यात्मिक संस्थेचा पाया रचला. 'हॅपी थॉट्सद्वारे उच्चतम विकसित समाजाची निर्मिती करणे,' हेच या संस्थेचे मुख्य उद्दिष्ट आहे.

विश्वातील प्रत्येक मनुष्य आज सरश्रींच्या मार्गदर्शनाचा लाभ घेऊ शकतो. त्यासाठी कोणत्याही धर्म, जात, उपजात, वर्ण, पंथ वा लिंग यांचे बंधन नसते. विश्वाच्या प्रत्येक कानाकोपऱ्यांतील लोक आज 'तेजज्ञान'च्या अनोख्या ज्ञानप्रणालीचा (System for Wisdom) लाभ घेत आहेत. याच व्यवस्थेचा आणखी एक महत्त्वपूर्ण भाग म्हणजे, दररोज सकाळी आणि रात्री ९ वाजून ९ मिनिटांनी लाखो लोक विश्वशांतीसाठी प्रार्थना करत आहेत.

बेस्ट सेलर पुस्तक *विचारनियम* शृंखलेचे रचनाकार म्हणूनही सरश्रींना ओळखले जाते. केवळ पाच वर्षांच्या कालावधीत या पुस्तकाच्या एक कोटीपेक्षा अधिक प्रती वितरित झाल्या आहेत. याशिवाय आजवर त्यांनी विविध विषयांवर १०० हून अधिक पुस्तके लिहिली आहेत. त्यांपैकी *विचार नियम, स्वसंवाद एक जादू, शोध स्वतःचा, स्वीकाराची जादू, निःशब्द संवाद एक जादू, संपूर्ण ध्यान* इत्यादी पुस्तके बेस्ट सेलर झाली आहेत. ऐंशीपेक्षा जास्त पुस्तकांची रचना केली आहे. ही पुस्तके दहापेक्षा अधिक भाषांमध्ये अनुवादित केली गेली असून पेंग्विन बुक्स, हे हाउस पब्लिशर्स, जैको बुक्स, मंजुल पब्लिशिंग हाउस, प्रभात प्रकाशन, राजपाल अँण्ड सन्स, पेंटागॉन प्रेस आणि सकाळ प्रकाशन इत्यादी प्रमुख प्रकाशन संस्थांद्वारे प्रकाशित केली गेली आहेत.

तेजज्ञान फाउंडेशन परिचय

तेजज्ञान फाउंडेशन हा आत्मविकासातून आत्मसाक्षात्कार प्राप्त करण्याचा एक प्रभावी मार्ग आहे. यासाठी सरश्रींद्वारा एक अनोखी बोधप्रणाली (System for Wisdom) निर्माण करण्यात आली आहे. या प्रणालीला आंतरराष्ट्रीय प्रमाणपत्र ISO 9001:2015चे निकष पडताळून आणि त्यांच्या मार्गदर्शक सूचनांनुसार सरळ, व्यावहारिक आणि प्रभावी बनवले गेले आहे.

या संस्थेच्या प्रबोधनपद्धतीच्या भिन्नभिन्न पैलूंना (शिक्षण, निरीक्षण आणि गुणवत्ता) स्वतंत्र गुणवत्ता परीक्षकांद्वारे (Quality Auditors) क्रमबद्ध पद्धतीने पडताळले गेले आणि त्यानंतर या पैलूंना ISO 9001:2015साठी पात्र समजून या बोधपद्धतीला हे प्रमाणपत्र प्रदान करण्यात आले आहे.

या फाउंडेशनचे उद्दिष्ट आहे आपणास नकारात्मक विचारांकडून सकारात्मक विचारांकडे अग्रेसर करणे. सकारात्मक विचारांकडून शुभ विचारांकडे म्हणजे हॅपी थॉट्सकडे (विधायक आणि आनंदी विचारांकडे) प्रगती. शुभ विचारांकडून निर्विचार अवस्थेकडे मार्गक्रमण आणि निर्विचार अवस्थेच्या अंती आत्मसाक्षात्कार प्राप्ती शक्य आहे. 'मी सर्व विचारांपासून मुक्त व्हावे' हा विचार म्हणजे शुभ विचार (हॅपी थॉट्स) आणि 'मी सर्व इच्छांतून मुक्त व्हावे', अशी इच्छा म्हणजे शुभ इच्छा.

तेजज्ञान म्हणजे ज्ञान व अज्ञान या दोहोंच्या पलीकडचे ज्ञान. पुष्कळ लोक सामान्य ज्ञानाच्या (General Knowledge) माहितीलाच ज्ञान मानतात; परंतु अस्सल ज्ञान आणि नुसती माहिती यांत फार मोठे अंतर आहे. आजमितीला लोक सामान्य ज्ञानाच्या उत्तरांनाच जास्त महत्त्व देतात. अशा ज्ञानाचे विषय म्हणजे कर्म आणि भाग्य, योग आणि प्राणायाम, स्वर्ग आणि नरक इत्यादी. आजच्या युगात सामान्य ज्ञान प्राप्त करणारे लोक, आणि असा उपदेश करणारे शिक्षक मोठ्या प्रमाणावर आहेत; परंतु अशा ज्ञानाच्या प्राप्तीने जीवनात काही महत्त्वाचे परिवर्तन घडून येत नाही. असे ज्ञान म्हणजे केवळ बुद्धिविलास आहे किंवा अध्यात्माच्या नावावर चाललेला बुद्धीचा व्यायाम आहे.

सर्व समस्यांवरील उपाय आहे तेजज्ञान. क्रोध, चिंता आणि भय यांपासून मुक्त

जीवन म्हणजे तेजज्ञान. शारीरिक, मानसिक, सामाजिक, आर्थिक आणि आध्यात्मिक प्रगतीचा, सर्वांगीण प्रगतीचा मार्ग आहे तेजज्ञान. तेजज्ञान आपल्या अंतरंगात आहे. इथे या आणि या गोष्टीचा अनुभव घ्या.

आपल्याला आता असे ज्ञान हवे आहे, जे सामान्य ज्ञानापलीकडे आहे, जे प्रत्येक समस्येवरील उत्तर आहे, जे सर्व प्रकारच्या गृहीत धारणांपासून आपल्याला मुक्त करते, ईश्वरी साक्षात्कार घडवते, जे आपणास अंतिम सत्यात स्थापित करते. आता वेळ आली आहे शाब्दिक सामान्य ज्ञानातून बाहेर पडून तेजज्ञानाचा अनुभव घेण्याची!

आजवर जपतप, तंत्र-मंत्र, कर्म-भाग्य, ध्यान-ज्ञान, योग-भक्ती असे अनेक मार्ग अध्यात्मात सांगितले गेले आहेत. या सर्व मार्गांनी प्राप्त होणारी अंतिम समज, अंतिम ज्ञान, बोध एकच आहे. अंतिम सत्याच्या जिज्ञासूला, साधकाला शेवटी जी एकच 'समज' प्राप्त होते, ती 'समज' श्रवणानेसुद्धा प्राप्त होऊ शकते. अशा समजप्राप्तीसाठी श्रवण करणे यालाच तेजज्ञान प्राप्त करणे म्हटले गेले आहे. तेजज्ञानाच्या श्रवणाने सत्याचा साक्षात्कार घडतो, ईश्वरी अनुभव मिळतो. हेच तेजज्ञान सरश्री महाआसमानी शिबिरात प्रदान करतात.

महाआसमानी परमज्ञान शिबिर (निवासी)
परिचय आणि लाभ

तुम्हांला सर्वोच्च आनंद हवा आहे? असा आनंद, जो कोणत्याही बाह्य कारणावर अवलंबून नाही... जो प्रत्येक क्षणी वृद्धिंगत होतो. या जीवनात तुम्हांला प्रेम, विश्वास, शांती, समृद्धी आणि परमसंतुष्टी हवी आहे का? शारीरिक, मानसिक, सामाजिक, आर्थिक आणि आध्यात्मिक अशा आयुष्याच्या सर्व स्तरांवर यशस्वी होण्याची तुमची इच्छा आहे का? 'मी कोण आहे' हे तुम्हांला अनुभवाने जाणावेसे वाटते का?

तुमच्या अंतर्यामी अशा सर्व प्रश्नांची उत्तरे जाणण्याची इच्छा आणि 'अंतिम सत्य' प्राप्त करण्याची तृष्णा असेल, तर तेजज्ञान फाउंडेशनतर्फे आयोजित 'महाआसमानी परमज्ञान शिबिरा'त तुमचे स्वागत आहे. हे शिबिर आजच्या युगातील आध्यात्मिक गुरू सरश्री यांच्या मार्गदर्शनावर आधारित आहे. सरश्री आजच्या लोकभाषेत अत्यंत सहजपणे आध्यात्मिक समज प्रदान करतात.

महाआसमानी परमज्ञान शिबिराचा उद्देश

विश्वातील प्रत्येक मनुष्याने 'मी कोण आहे', या प्रश्नाचे उत्तर जाणून तो सर्वोच्च आनंदाच्या अवस्थेत स्थापित व्हावा, हाच या शिबिराचा मुख्य उद्देश आहे. प्रत्येकाला असे ज्ञान प्राप्त व्हावे, जेणेकरून त्याने प्रत्येक क्षणी वर्तमानात जगण्याची कला आत्मसात करावी. तो भूतकाळाचे ओझे आणि भविष्याची चिंता यांतून मुक्त व्हावा. प्रत्येकाच्या आयुष्यात कधीही न संपणारा आनंद आणि योग्य समज यावी. शिवाय, प्रत्येकाने समस्या विलीन करण्याची कला आत्मसात करावी. थोडक्यात, मनुष्यजन्माचा उद्देश सफल व्हावा, हाच या शिबिराचा उद्देश आहे.

'मी कोण आहे? मी इथे का आहे? मोक्ष म्हणजे काय? या जन्मातच मोक्षप्राप्ती शक्य आहे का?' असे प्रश्न जर तुमच्या मनात असतील, तर त्यांवरील उत्तर आहे -'महाआसमानी परमज्ञान शिबिर'.

महाआसमानी परमज्ञान शिबिराचे मुख्य लाभ

वास्तविक या शिबिराचे लाभ तर असंख्य आहेत; पण त्यांपैकी मुख्य लाभ पुढीलप्रमाणे:

- जीवनात शक्तिशाली ध्येय निश्चित होते.
- 'मी कोण आहे' हे अनुभवाने जाणता येते (सेल्फ रियलायजेशन).
- मनाचे सर्व विकार विलीन होतात.
- भय, चिंता, क्रोध, बोरडम, मोह, तणाव या नकारात्मक बाबींतून मुक्ती मिळते.
- प्रेम, आनंद, मौन, समृद्धी, संतुष्टी, विश्वास अशा दिव्य गुणांशी युती होते.
- साधे, सरळ पण शक्तिशाली जीवन जगता येते.
- प्रत्येक समस्येचे निराकरण करण्याची कला प्राप्त होते.
- 'प्रत्येक क्षण वर्तमानात जगणे' हा तुमचा स्वभाव बनतो.
- आपल्यातील सर्व सकारात्मक शक्यता खुलतात.
- याच जीवनात मोक्षप्राप्ती होते.

महाआसमानी परमज्ञान शिबिरात सहभागी कसे व्हाल?

या शिबिरात सहभागी होण्यासाठी तुम्हांला पुढील बाबींची पूर्तता करायची आहे -

१. तुमचे वय कमीत कमी अठरा किंवा त्यापेक्षा अधिक असायला हवे.

२. सर्वप्रथम तुम्हांला 'सत्य-स्थापना' (फाउंडेशन ट्रुथ रिट्रीट) शिबिरात सहभागी व्हावे लागेल. या शिबिरात, तुम्ही प्रामुख्याने दोन बाबी शिकाल - प्रत्येक क्षण वर्तमानात जगण्याची कला कशी आत्मसात करावी आणि निर्विचार अवस्था कशी प्राप्त करावी.

३. प्राथमिक स्तरावर तुम्हांला काही प्रवचने ऐकायची असून, त्यांतून तुम्ही मूलभूत समज आत्मसात कराल आणि महाआसमानी परमज्ञान शिबिरात प्रवेश करण्यासाठी तयार व्हाल.

हे शिबिर साधारणपणे एक-दोन महिन्यांच्या अंतराने आयोजित केले जाते. यात हजारो सत्यशोधक सहभागी होतात. या शिबिराची पूर्वतयारी तुम्ही दोन पद्धतीने करू शकता. पहिल्या पद्धतीत पुणे येथील मनन आश्रमात पाच दिवसीय शिबिरात भाग घेऊ शकता. दुसऱ्या पद्धतीत तेजज्ञान फाउंडेशनच्या नजीकच्या सेंटरवर जाऊन सत्यश्रवणाद्वारेही करू शकता.

महाराष्ट्रात अहमदनगर, सातारा, औरंगाबाद, नाशिक, नागपूर, वर्धा, अमरावती, चंद्रपूर, यवतमाळ, कोल्हापूर, सांगली, रत्नागिरी, लातूर, बीड, नांदेड, परभणी, पनवेल,

मुंबई, ठाणे, सोलापूर, पंढरपूर, जळगाव, अकोला, बुलढाणा, धुळे, भुसावळ आणि महाराष्ट्राबाहेर सुरत, अहमदाबाद, बडोदा, नवी दिल्ली, बंगळुरू, बेळगाव, धारवाड, रायपूर, भुवनेश्वर, कोलकाता, रांची, लखनौ, कानपूर, चंदीगढ, जयपूर, चेन्नई, पणजी, म्हापसा, भोपाळ, इंदोर, इटारसी, हरदा, विदिशा, बऱ्हाणपूर या ठिकाणी महाआसमानी परमज्ञान शिबिराची पूर्वतयारी करू शकता.

तेजज्ञान फाउंडेशनमध्ये उपलब्ध असणाऱ्या सरश्री लिखित पुस्तकांचे वाचन करून किंवा सरश्रींच्या प्रवचनांच्या सीडीज ऐकूनही तुम्ही या शिबिराची पूर्वतयारी करू शकता. याशिवाय, तुम्ही टीव्ही, रेडिओ किंवा यू-ट्युबवरील सरश्रींच्या प्रवचनांचा लाभही घेऊ शकता. मात्र एक गोष्ट लक्षात घ्या, पुस्तकांतील ज्ञान, सीडी, टीव्ही, रेडिओ आणि यू-ट्युब यांवरील प्रवचने म्हणजे 'तेजज्ञानाची तोंडओळख' आहे; 'संपूर्ण तेजज्ञान' मुळीच नाही. तुम्ही महाआसमानी परमज्ञान शिबिरात सहभागी होऊनच तेजज्ञानाचा आनंद घेऊ शकता. तेव्हा आगामी महाआसमानी परमज्ञान शिबिरात सहभागी होण्यासाठी आजच संपर्क करा : ०९९२१००८०६०/ ७५, ९०११०१३२०८

महाआसमानी परमज्ञान शिबिरस्थान

हे शिबिर पुण्यातील मनन आश्रम इथे आयोजित केले जाते. इथे तुमच्या निवासाची आणि भोजनाची व्यवस्था केली जाते. तुम्हांला काही शारीरिक व्याधी असतील आणि त्यासाठी जर तुम्ही नियमितपणे औषधे घेत असाल, तर शिबिरात येताना ती सोबत बाळगावीत. शिवाय, वातावरणानुसार गरम कपडे, स्वेटर, ब्लँकेटही आणावे.

पुणे शहरापासून १७ किलोमीटर अंतरावर निसर्गरम्य परिसरात मनन आश्रम वसलेला आहे. आश्रमात महिला आणि पुरुष यांच्या निवासाची स्वतंत्र व्यवस्था असून, इथे जवळपास ८०० लोकांच्या राहण्याची व्यवस्था आहे. आपण हवाईमार्ग, हायवे किंवा रेल्वे अशा कोणत्याही मार्गाने पुण्यात येऊ शकता.

मनन आश्रम

मनन आश्रम, पुणे, सर्व्हे नं. ४३, सणस नगर, नांदोशी गाव, किरकटवाडी फाटा, तालुका हवेली, जिल्हा पुणे- ४११०२४. फोन : ०९९२१००८०६०

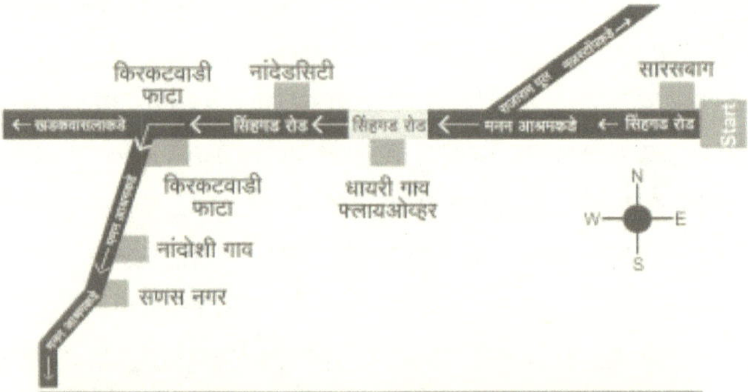

तेजज्ञान फाउंडेशनच्या मुख्य शाखा

- **पुणे सेंटर : (रजिस्टर्ड पत्ता)**
  विक्रांत कॉम्प्लेक्स, तपोवन मंदिराजवळ, पिंपरी, पुणे ४११ ०१७
  दूरध्वनी : ०२०-२७४१ १२४०, २७४१ २५७६
- मनन आश्रम, पुणे : सर्व्हे क्रमांक ४३, सणसनगर, नांदोशी गाव, किरकटवाडी फाटा, तालुका हवेली, जिल्हा पुणे ४११ ०२४
  दूरध्वनी : ०२०-२४३२ १९२५, भ्रमणध्वनी : ०९९२१० ०८०६०

तेजज्ञान इंटरनेट रेडिओ

तेजज्ञान इंटरनेट रेडिओद्वारे २४ तास ३६५ दिवस,
सरश्रींच्या प्रवचनांचा आणि भजनांचा लाभ घ्या. त्यासाठी पाहा लिंक
http://www.tejgyan.org internetradio.aspx

विविध भारती F.M. वर दर रविवारी
सकाळी १०:०५ ते १०:१५ वाजता
नोट : या कार्यक्रमांच्या वेळेत बदल झाल्यास नोंद ठेवावी.

www.youtube.com/tejgyanच्या साहाय्यानेदेखील
आपण सरश्रींच्या प्रवचनांचा लाभ घेऊ शकता.
For online shoping visit us - www.tejgyan.org,
www.gethappythoughts.org

नम्र निवेदन

विश्वशांतीसाठी लाखो लोक दररोज सकाळी आणि रात्री ९.०९ मिनिटांनी प्रार्थना करत आहेत. कृपया आपणही यामध्ये सहभागी व्हावे.

आपणास हवी असलेली पुस्तके घरपोच मिळण्यासाठी मनीऑर्डर पाठवा.
ही पुस्तके आमच्या खर्चाने
रजिस्टर्ड पोस्ट, कुरिअर आणि व्हीपीपीद्वारे पाठवली जातील.
त्यासाठी खालील पत्त्यावर संपर्क साधावा.

❖❖❖❖

वॉव पब्लिशिंग्ज प्रा. लि.

- रजिस्टर्ड ऑफिस : E-४, वैभवनगर, तपोवन मंदिराजवळ, पिंपरी, पुणे ४११ ०१७
- पोस्ट बॉक्स नं. ३६, पिंपरी कॉलनी पोस्ट ऑफिस, पिंपरी, पुणे ४११ ०१७

भ्रमणध्वनी क्रमांक : ०९०११०१३२१० / ९६२३४५७८७३

आपण पुस्तकांची ऑर्डर ऑनलाईनही देऊ शकता.
www.gethappythoughts.org वर लॉग इन करा.
३०० रुपयांहून अधिक किमतीची पुस्तके मागवल्यास
१०% सूट आणि **डिलिव्हरी फ्री** मिळेल.

e-books
The Source ● Complete Meditation ● Ultimate Purpose of Success ● Enlightenment ● Inner Magic ● Celebrating Relationships ● Essence of Devotion ● Master of Siddhartha ● Self Encounter and many more.
Also available in Hindi at gethappythoughts.org

Free apps
U R Meditation & Tejgyan Internet Radio on all platforms like Android, iPhone, iPad and Amazon

e-magazines
'Yogya Aarogya' & 'Drushtilakshya'
emagazines available on www.magzter.com

e-mail
mail@tejgyan.com

website
www.tejgyan.org, www.gethappythoughts.org

बेस्टसेलर पुस्तक 'विचारनियम'चे रचनाकार सरश्री यांची अन्य श्रेष्ठ पुस्तके

१. आध्यात्मिक विकास साधण्यासाठी या पुस्तकांचा अवश्य लाभ घ्यावा :

- जीवनाची दोन टोकं : ध्यान आणि धन
- रामायण वनवास रहस्य
- संत ज्ञानेश्वर : समाधीरहस्य आणि जीवनचरित्र
- अंतर्मनाच्या शक्तीपलीकडील आत्मबळ
- मृत्यू उपरांत जीवन : मृत्यू मोका की धोका?
- क्षमेची जादू : क्षमेचे सामर्थ्य जाणा, सर्व दु:खांपासून मुक्त व्हा
- प्रेमनियम : प्लास्टिक प्रेमातून मुक्ती
- धर्मयोग : स्वभाव हाच धर्म

२. स्व-विकासासाठी या पुस्तकांचा लाभ घ्यावा :

- विचारनियम : आपल्या यशाचे रहस्य
- विकासनियम : आत्मसंतुष्टीचे रहस्य
- परिवारासाठी विचार नियम : हॅपी फॅमिलीची सात सूत्र
- आळसावर मात : उत्साही जीवनाची सुरुवात
- स्वसंवाद एक जादू : आपला रिमोट कंट्रोल कसा प्राप्त करावा?
- आत्मविश्वास आणि आत्मबळ : यशाचे शिखर गाठणारे पंख
- साहसी जीवन कसं जगाल : अशक्य कार्य शक्य कसं कराल?
- समग्र लोकव्यवहार : मैत्री आणि नातं निभावण्याची कला
- अपयशावर मात : क्षमताप्राप्तीचे रहस्य
- कसा कराल स्वत:चा विकास आणि प्रशिक्षण : आत्मविकासाची सात पावलं

३. युवकांनी या पुस्तकांचा लाभ घ्यावा :

- आजच्या युवा पिढीसाठी : विचार नियम फॉर यूथ
- नींव नाइन्टी फॉर टीन्स : बेस्ट कसे बनाल?
- श्रीरामांकडून काय शिकाल : नवरामायण फॉर टीन्स

४. या पुस्तकांद्वारे प्रत्येक समस्येचे समाधान प्राप्त करा

- स्वास्थ्यप्राप्तीसाठी विचारनियम : मन:शक्तीद्वारे निरामय आरोग्य मिळवा
- स्वीकाराची जादू : त्वरित आनंद कसा प्राप्त करावा?
- भय, चिंता आणि क्रोध यांपासून मुक्ती

५. या आध्यात्मिक कादंबऱ्यांद्वारे जीवनाचे गूढ रहस्य जाणा

- योग्य कर्मांद्वारे यशप्राप्ती : सन ऑफ बुद्धा
- शोध स्वत:चा : In Search of Peace
- पृथ्वीलक्ष्य : मृत्यूचे महासत्य
- दु:खात खूश राहण्याची कला : संवाद गीता

www.ingramcontent.com/pod-product-compliance
Lightning Source LLC
LaVergne TN
LVHW040802051026
849519LV00007BA/2593